सावित्रीबाई फुले विद्यापीठ पुणे-तृतीय वर्ष कला शाखेच्या (T. Y. B. A.)
२०१५-१६च्या सुधारित अभ्यासक्रमानुसार लिहिलेले क्रमिक पुस्तक
तसेच महाराष्ट्रातील इतर सर्व विद्यापीठांना उपयुक्त.

मानवी भूगोल

Human Geography

प्रा. डॉ. यु. जी. जगदाळे
प्रा. एस. बी. गवळी
प्रा. एन. एन. परभाणे
प्रा. एच. एस. सानप

डायमंड पब्लिकेशन्स

मानवी भूगोल

प्रा. डॉ. यु. जी. जगदाळे, प्रा. एस. बी. गवळी
प्रा. एन. एन. परभाणे, प्रा. एच. एस. सानप

Manavi Bhugol

Prof. Dr. U. G. Jagdale, Prof. S. B. Gavali
Prof. N. N. Parbhane, Prof. H. S. Sanap

प्रथम आवृत्ती : २०१५

ISBN : 978-81-8483-614-1

© डायमंड पब्लिकेशन्स

मुखपृष्ठ
शाम भालेकर

प्रकाशक
डायमंड पब्लिकेशन्स
२६४/३ शनिवार पेठ, ३०२ अनुग्रह अपार्टमेंट
ओंकारेश्वर मंदिराजवळ, पुणे–४११ ०३०
☎ ०२०–२४४५२३८७, २४४६६६४२
info@diamondbookspune.com

ऑनलाईन पुस्तक खरेदीसाठी भेट द्या
www.diamondbookspune.com

प्रमुख वितरक
डायमंड बुक डेपो
६६१ नारायण पेठ, अप्पा बळवंत चौक
पुणे–४११ ०३० ☎ ०२०–२४४८०६७७

मनोगत

सावित्रीबाई फुले, पुणे विद्यापीठाच्या टी.वाय.बी.ए. या वर्गाच्या भूगोल सामान्य (General) विषयाच्या नवीन अभ्यासक्रमानुसार लिहिलेले हे मानवी भूगोलाचे पुस्तक सादर करण्यास आम्हाला अतिशय आनंद होत आहे. या पुस्तकात नवीन अभ्यासक्रमानुसार नेमलेला सर्व अभ्यासक्रम समाविष्ट केलेला आहे.

मानवी भूगोल ही भूगोलाची एक प्रमुख शाखा आहे. या विषयाची ओळख विद्यार्थ्यांना शालेय स्तरापासून असली तरी पदवीस्तरावर पुन्हा व्यापक दृष्टिकोनातून होणे आवश्यक आहे. या पार्श्वभूमीवर भारतातील सर्व विद्यापीठांमध्ये हा विषय अभ्यासक्रमात समाविष्ट आहे. मानवी भूगोलाबरोबरच लोकसंख्या या मानवी भूगोलाच्या उपशाखेचा समावेश या अभ्यासक्रमात करण्यात आलेला आहे आणि तशा प्रकारचे लिखाण सदरच्या पुस्तकात करण्यात आलेले आहे. मराठी माध्यमातून अभ्यास करण्यासाठी या विषयावर फारसे ग्रंथ उपलब्ध नाहीत; त्यामुळे मराठी माध्यमातून अभ्यास करणाऱ्या विद्यार्थ्यांची अडचण लक्षात घेऊन ती जास्तीत जास्त दूर करण्याच्या उद्देशाने हा प्रयत्न करण्यात आलेला आहे.

हे मानवी भूगोलाचे पुस्तक केवळ भूगोलाच्याच विद्यार्थ्यांना उपयुक्त ठरेल असे नाही तर स्पर्धा परीक्षेला बसणाऱ्या विद्यार्थ्यांनाही मोलाचे मार्गदर्शक म्हणून ठरणार आहे, याचा आम्हाला विश्वास आहे.

हे पुस्तक विद्यार्थ्यांपर्यंत पोहचविण्यास सहकार्य करणाऱ्या डायमंड पब्लिकेशन्स, पुणे व डायमंड बुक डेपो, पुणे यांचे मनःपूर्वक आभार; विषेशतः प्रकाशक श्री. दत्तात्रेय पाष्टे यांनी हे पुस्तक लिहिण्यास उद्द्युक्त केल्यानेच ते पूर्ण होऊ शकले; त्यांना मनःपूर्वक धन्यवाद!

हे पुस्तक लिहिण्यास आम्हाला प्रा. डॉ. प्रवीण सप्तर्षी, प्रा. ज्योतिराम मोरे, डॉ. आहेर अंकुश यांचेही मोलाचे सहकार्य लाभले या बद्दल त्यांचेही आभार मानतो. विद्यार्थी व शिक्षकांकडून या पुस्तकाविषयी काही सूचना आल्यास त्यांचे स्वागतच केले जाईल.

प्रा. डॉ. जगदाळे यु. जी.

प्रा. गवळी एस. बी.

प्रा. परभाणे एन. एन.

प्रा. सानप एच. एस.

तक्ता सूची

आकृती/नकाशा सूची

अनुक्रम

✻   पुस्तकातील नकाशे प्रमाणबद्ध नाहीत.

१ मानवी भूगोलाचा परिचय
Introduction to Human Geography

१.१ प्रस्तावना (Introduction)

इरॅटोस्थेनिस (इ.स.पू.२७६ ते इ.स.पू.१९४) या ग्रीक भूगोलकाराने इ.स.पू. तिसऱ्या शतकात 'Geography' या शब्दाचा सर्वप्रथम वापर केला. Geography हा शब्द 'Geo' म्हणजे 'पृथ्वी' व 'Graphein' म्हणजे 'वर्णन करणे' थोडक्यात 'पृथ्वीचे वर्णन करणे' या अर्थाने प्रचलित झाला.

प्राचीन काळामध्ये ग्रीक, रोमन, मध्ययुगीन काळामध्ये अरब तर आधुनिक काळामध्ये फ्रेंच, जर्मन, ब्रिटिश, अमेरिकन भूगोलकारांनी भूगोलशास्त्राच्या विकासाला हातभार लावला. २१व्या शतकामध्ये तंत्रज्ञानाची झालेली प्रगती, विज्ञानाची प्रगती, यामुळे भूगोलशास्त्राच्या अभ्यासाच्या कक्षा विस्तारल्या. भूगोलशास्त्राच्या अभ्यासामध्ये भौगोलिक माहिती प्रणाली (G.I.S.), सुदूर संवेदन (Remote Sensing) इ. तंत्राला महत्त्व प्राप्त झाले आहे. भूगोल सर्व शास्त्रांची जननी म्हणून ओळखली जाते.

भूपृष्ठ (पृथ्वी) हे मानवाचे वसतिस्थान (घर) असे गृहीत धरून भूपृष्ठाच्या व मानवाच्या घनिष्ठ संबंधाचा अभ्यास करणारे शास्त्र म्हणजे भूगोलशास्त्र होय, अशी भूगोलाची व्याख्या केली गेली.

पृथ्वीच्या पृष्ठभागावरील बदलत्या आविष्काराचे अचूक, सुसंबधित, संयुक्तिक वर्णन व विशदीकरण करणे म्हणजे भूगोलशास्त्र होय. (हार्टशोन १९५६)
भूगोलशास्त्राचा अभ्यासविषय दोन प्रमुख शाखांमध्ये विभागला गेला. (तक्ता क्र.१.१)

अ. प्राकृतिक भूगोल (Physical Geography)

ब. मानवी भूगोल (Human Geography)

प्राकृतिक भूगोलामध्ये जमीन, जल, हवा, वनस्पती, प्राणी, मृदा इ. निसर्गनिर्मित घटकांचे अध्ययन केले जाते तर मानवी भूगोलांत 'मानव' केंद्रस्थानी ठेवून भूगोलाचा अभ्यास केला जाऊ लागला.

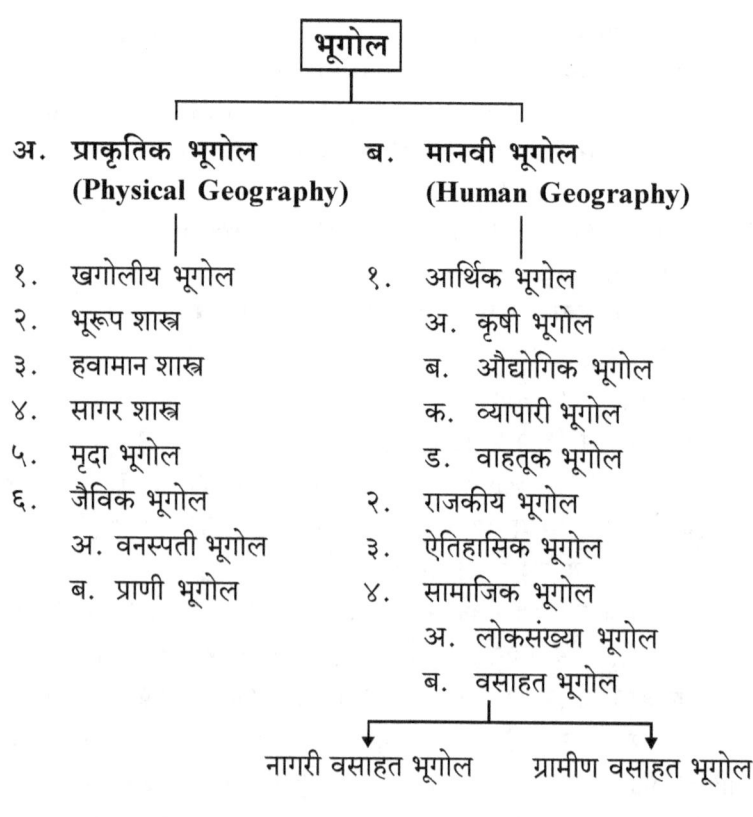

भूगोल

अ. प्राकृतिक भूगोल (Physical Geography)

१. खगोलीय भूगोल
२. भूरूप शास्त्र
३. हवामान शास्त्र
४. सागर शास्त्र
५. मृदा भूगोल
६. जैविक भूगोल
   अ. वनस्पती भूगोल
   ब. प्राणी भूगोल

ब. मानवी भूगोल (Human Geography)

१. आर्थिक भूगोल
   अ. कृषी भूगोल
   ब. औद्योगिक भूगोल
   क. व्यापारी भूगोल
   ड. वाहतूक भूगोल
२. राजकीय भूगोल
३. ऐतिहासिक भूगोल
४. सामाजिक भूगोल
   अ. लोकसंख्या भूगोल
   ब. वसाहत भूगोल
      - नागरी वसाहत भूगोल
      - ग्रामीण वसाहत भूगोल

तक्ता क्र. १.१

१.२ मानवी भूगोलाचा अर्थ आणि व्याख्या (Meaning and Defination of Human Geography)

प्राकृतिक भूगोलात अत्यंत मोठ्या प्रमाणात अभ्यास व संशोधन चालू आहे. कारण ही भूगोल शाखा प्रथम उदयाला आलेली आहे. त्या मानाने मानवी भूगोलाचा पाहिजे तेवढा अभ्यास व संशोधन झालेले नाही ; कारण मानवी भूगोल ही अलीकडच्या काळात उदयाला आलेली शाखा आहे.

एकोणिसाव्या शतकात खऱ्या अर्थाने मानवी भूगोलाच्या विकासास सुरुवात झाली. फेड्रीक रॅट्झेल यांनी १८८२ मध्ये 'Anthropo-Geography' हा ग्रंथ प्रकाशित केला. या ग्रंथात मानवी भूगोलाच्या अभ्यासांचा समावेश आहे. रॅट्झेल मानवी भूगोलाचा जनक मानला जातो. मानवी भूगोल शास्त्रज्ञांनी या भूगोलाच्या ज्ञानात महत्त्वपूर्ण भर टाकली. विडाल-डी-ला-ब्लाश 'Principles Geographic Hymaine' हा ग्रंथ व १९१० मध्ये ब्रुन्हस् यांनी 'Geographic Humain' हा ग्रंथ लिहून मानवी समाजावर होणाऱ्या आर्थिक, सामाजिक, राजकीय आणि ऐतिहासिक परिणामांचे विश्लेषण केले. वरील विचारवंतांबरोबरच हटिंग्टन व कु. सेम्पल यांनी मानवी भूगोलाच्या अभ्यासात अत्यंत महत्त्वाची भर घातली आहे.

मानवी भूगोलात नैसर्गिक परिस्थिती व मानव यांना महत्त्वाचे स्थान दिलेले आहे. मानवी भूगोलात मानव व निसर्ग यांच्या संबंधांचा अभ्यास केला जातो. मानवी जीवनात असणारी विविधता आणि तिची भौगोलिक कारणमीमांसा यांचा अभ्यास मानवी भूगोलात केला जातो.

मानवी भूगोलाची व्याख्या (Defination of the Human Geography)

मानवी भूगोलाची व्याख्या करताना त्यातील विविध दृष्टिकोन लक्षात घेतले पाहिजेत. वेगवेगळ्या मानवी भूगोलवेत्त्यांनी आपल्या दृष्टिकोनातून या विषयाचा आशय व व्याख्या व्यक्त केलेली आहे. या सर्व व्याख्यांच्या अभ्यासानंतर एक मध्यवर्ती संकल्पना तयार होते ती अशी– 'मानव व निसर्ग संबंधांचा मानवी विकासाच्या दृष्टिकोनातून केलेला अभ्यास म्हणजे मानवी भूगोल.' मानवी भूगोलाच्या निरनिराळ्या तज्ज्ञांनी मांडलेल्या व्याख्या पुढीलप्रमाणे–

फेड्रीक रॅट्झेल – **''मानवी जीवनावर परिणाम करणाऱ्या पर्यावरणाच्या घटकांचा अभ्यास करणारे शास्त्र म्हणजे मानवी भूगोल होय.''**

रॅट्झेल हा मानवी भूगोलाचा जनक, जर्मन भूगोलवेत्ता होता. निसर्गवादी असल्यामुळे त्याने मानव व निसर्ग यांच्या अतुट संबंधांच्या अभ्यासास महत्त्व दिले.

कु.एलन सेम्पल– ''**क्रियाशील मानव व अस्थायी पृथ्वी यांच्यातील परिवर्तनशील संबंधाचा अभ्यास म्हणजे मानवी भूगोल होय.''**

कु. सेम्पल ही रॅट्झेलची शिष्या होती. त्यामुळे त्यांचा प्रभाव सेम्पलच्या विचारांवर जाणवतो. सेम्पलने आपल्या व्याख्येत मानव आणि निसर्ग यांच्या संबंधाचा समावेश केलेला आहे.

एड्स्वर्थ हटिंग्टन– ''**भौगोलिक पर्यावरण व मानवी व्यवसाय गुण, स्वरूप व परस्परसंबंध याचा अभ्यास करणारे शास्त्र म्हणजे मानवी भूगोल होय.''**

हटिंग्टन यांच्या मते, मानवी भूगोलाच्या अभ्यासात नैसर्गिक घटकांना खूपच महत्त्व आहे. नैसर्गिक घटक मानवाच्या आर्थिक जीवनावर व संस्कृतीच्या दर्जावर आपले नियंत्रण ठेवत असतात.

मानवी भूगोल हे मुख्यत: प्राकृतिक घटक व मानवी प्रतिसाद यांचा अभ्यास करणारे शास्त्र आहे. मानवाच्या आर्थिक जीवनावर व मानवी संस्कृतीच्या दर्जावर प्राकृतिक घटक नियंत्रण ठेवत असतात. प्राकृतिक घटकांचे अस्तित्व भिन्न ठिकाणी भिन्न भिन्न असल्यामुळे निरनिराळ्या प्रदेशात आर्थिक जीवन वेगवेगळे आढळते. स्थलीय, प्राकृतिक व सांस्कृतिक वैशिष्ट्यांचे मानवी विकासावर झालेले परिणाम मानवी भूगोलात अभ्यासले जातात.

१.३ मानवी भूगोलाचे स्वरूप (Nature of Human Geography)

जगाच्या पाठीवर निरनिराळ्या भागांमध्ये राहणाऱ्या मानवाची शारीरिक रचना, वस्त्र, अन्न, चालीरीती, निवारा, व्यवसाय, भाषा, संस्कृती यामध्ये भिन्नता आढळते. या स्थलीय भिन्नतेचा अभ्यास मानवी भूगोलात केला जातो; वरील गोष्टींच्या पूर्ततेकरता मानव जी परिस्थिती निर्माण करतो, त्याचा अभ्यास करत असतो; या गोष्टी परिस्थिती आणि काळानुसार बदलत आहेत; त्यामुळे मानवी भूगोलाचे स्वरूप परिवर्तनशील असल्याचे दिसते.

लुसीयन फेबव्हरे (१९२२) : या फ्रेंच मानवी भूगोलवेत्त्याने म्हटले आहे, ''आज मानवी भूगोलाच्या अभ्यासपद्धतीत खरी एकता आणि एकजीवपणा नाही.'' इतर विषयांच्या काही मर्यादा आहेत आणि त्या मान्य पावल्या आहेत. परंतु मानवी भूगोलात अशा पद्धती दिसून येत नाहीत.

सिंग व मेमोरिया या भूगोलवेत्त्यांच्या मते, आधुनिक भूगोलात भौतिकशक्ती आणि मानवी जीवनाचे पैलू यांचा अभ्यास केला जातो. त्यामुळे मानवी घटक आणि नैसर्गिक घटक यांना एकमेकांपासून वेगळे करता येत नाही. ते वेगळे असले तरी त्यांचे महत्त्व त्यांच्या ऐक्यात आहे. मानवी भूगोलात मानवी जीवनाचा प्राकृतिक घटकांच्या अनुषंगाने

अभ्यास केला जातो. एकंदरीत मानवी भूगोल म्हणजे वरवरचा सामान्य निष्कर्ष नसून चिकाटीने केलेले संशोधन आहे. यावरूनच मानवी भूगोलाचे स्वरूप लक्षात येते.

मानवी भूगोलाचे स्वरूप थोडक्यात सांगायचे झाले तर – १) परिवर्तनशील, २) शास्त्रीय, ३) आंतरशाखीय आहे असे म्हणता येईल. या तिन्ही मुद्द्यांचा थोडक्यात परामर्श घेऊ या.

१. परिवर्तनशील स्वरूप (Dynamic Nature)

मानव-निसर्ग संबंधांचा अभ्यास करणारा हा विषय आहे. या संबंधांचे स्वरूप परिवर्तनशील आहे; म्हणून मानवी भूगोलाचे स्वरूपही परिवर्तनशील आहे. या संबंधांचा अभ्यास करताना त्याच्या तीन प्रमुख अंगांचा विचार करू या. अ) मानवी गरजा, आ) निसर्गातील साधनसामग्री आणि इ) मानवाच्या हातातील अवजार. (आकृती क्र. १.१ पहा)

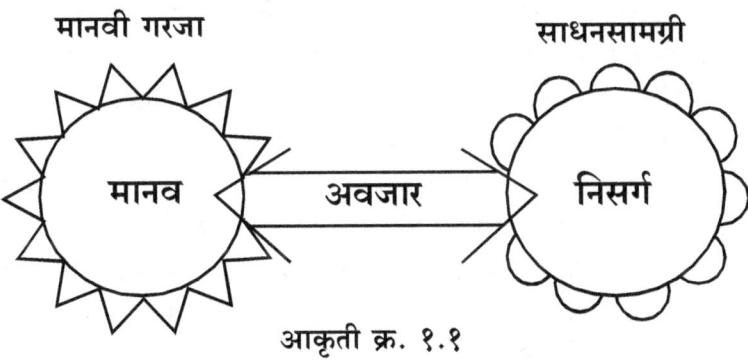

आकृती क्र. १.१

अ. **मानवी गरजा :** मानवी गरजा स्थलकालपरत्वे बदलत्या असतात. अनादि कालखंडात 'अन्न' ही एकमेव गरज होती. हळूहळू त्यात वस्त्र, घर, रोजगार इ. ची भर पडली. आजमितीला तर अन्न, वस्त्र, निवाऱ्याबरोबर शिक्षण, रोजगार, आरोग्यसेवा, करमणूक, पर्यटन इ. अशा अनेक गरजांची 'मूलभूत गरजा' म्हणून भर पडलेली आहे. या गरजांचे स्वरूप प्रदेशपरत्वेही बदलते आहे. आदिवासी भागातील गरजा मुंबईच्या गरजांच्या मानाने भिन्न आहेत. थंड आणि उष्ण हवामानाच्या प्रदेशांमधल्या मानवी गरजा वेगवेगळ्या आहेत. अशा अनेक उदाहरणांवरून स्पष्ट होते की, मानवी गरजा स्थलकालपरत्वे बदलत्या म्हणजेच परिवर्तनशील आहेत.

आ. **नैसर्गिक साधनसामग्री :** नैसर्गिक साधनसामग्री म्हणजे तरी काय? ज्या निसर्गदत्त पदार्थांचा वापर मानव करू शकतो ती 'नैसर्गिक संपदा' होय. निसर्गातील

सर्वच वस्तूंना आपण संपदा म्हणू शकत नाही. माळरानावर असलेले दगडगोटे ही संपदा म्हणता येणार नाही. उलट शेतीसाठी ती अडचणच ठरते; जर याच दगडांचा बांधकामासाठी वापर केला तर ती संपदा बनते. चारशे वर्षांपूर्वी रबराचे झाड होते, त्यातून चीकही (Latex) निघत होता. मात्र, जेव्हा त्या चिकापासून तयार केलेला पदार्थ मिळू लागला तेव्हापासून त्याला साधनसामग्रीचा दर्जा प्राप्त झाला. थोडक्यात, नैसर्गिक साधनसामग्री कशाला म्हणायचे, हे मानवी दृष्टिकोनावर, तिचा वापर करण्याच्या मानवाच्या क्षमतेवर आणि मागणी कितपत आहे, यावर अवलंबून असते. हे तिन्ही घटक स्थलकालपरत्वे बदलत आहेत. त्यामुळे नैसर्गिक साधनसामग्रीही परिवर्तनशील आहे.

इ. **अवजार :** कार्ल मार्क्सने स्पष्ट केले आहे की, कोणत्याही काळातील सामाजिक संघटन त्या त्या काळातील उपलब्ध अवजारांवर अवलंबून असते. अश्मयुगात मानवाच्या हातातील अवजार अविकसित होते तेव्हा त्याची संस्कृती, सामाजिक संघटन त्या अवजारास अनुलक्षून होते. मानवाने कृषितंत्र आत्मसात केल्यावर त्याची एक संस्कृती उदयास आली. औद्योगिक क्रांतीनंतर मानवाच्या हातातील अवजार विकसित झाले व सांस्कृतिक बदलही झाला. स्थलपरत्वेदेखील अवजारांमध्ये बदल आढळतो. मुंबई, नगर, औरंगाबाद, कोल्हापूरसारख्या शहरातील किंवा ग्रामीण भागातील जीवनपद्धतीत जो बदल दिसून येतो तो अवजारातील बदलामुळे आहे. अशा तऱ्हेने मानव-निसर्ग संबंधातील अवजार हा एक दुवा आहे. त्यात स्थलकालपरत्वे परिवर्तन दिसून येते म्हणून मानव-निसर्ग संबंध परिवर्तनशील आहेत.

थोडक्यात सांगायचे तर परिवर्तनशील मानवी गरजा, नैसर्गिक संपदा आणि त्या संपदेचा वापर करण्यासाठी मानवाच्या हातातील अवजार यांचा अभ्यास करणारे हे शास्त्र आहे; म्हणून ते परिवर्तनशील स्वरूपाचे आहे.

२. शास्त्रीय स्वरूप (Scientific Nature)

मानवी भूगोलाच्या अभ्यासासाठी शास्त्रीय निकष असणे आवश्यक असते. शास्त्रीय अभ्यास पद्धतीचा वापर करूनच मानवी भूगोलातील तत्त्वे तपासली जातात. विशिष्ट हवामान विभागातील जीवनपद्धती अभ्यासताना शास्त्रीय दृष्टिकोनातून अभ्यास केला जातो. मानवी भूगोलातील प्रारूप अभ्यासताना शास्त्रीय आधार घेतला जातो. मानव-निसर्ग संबंधांचा अभ्यास करताना कार्यकारणभाव शोधण्याचा सुबुद्ध प्रयत्न केला जातो. या अभ्यासामध्ये गणिती, सांख्यिकी, संगणकीय तंत्रांचा उपयोग केला जातो. कोणतेही

अनुमान वैज्ञानिक निकषांवर आधारित असते; म्हणूनच या विषयाच्या अभ्यासाचे स्वरूप शास्त्रीय आहे.

३. आंतरशाखीय स्वरूप (Interdisciplinary Nature)

मानवी भूगोलाच्या अभ्यासामध्ये मानव-निसर्ग यांच्यातील परस्परसंबंधांचा अभ्यास केला जातो. खरे तर मानव व पर्यावरण असे न म्हणता निसर्गातील किंवा पर्यावरणातील मानव आणि त्याच्या हालचाली यांच्या अभ्यासाचा हा विषय आहे. मानवी हालचालींचे स्वरूप समजून घेण्यासाठी अर्थशास्त्र, मानववंशशास्त्र, राज्यशास्त्र, समाजशास्त्र, व्यवस्थापनशास्त्र, मनुष्यबळ विकास शास्त्र इ. विषयातील तत्त्वे, संकल्पना, अभ्यासपद्धती यांचे ज्ञान असणे आवश्यक आहे. याशिवाय पर्यावरणीय घटकांचा अभ्यास करताना हवामान, मृदा, उंचसखलता, जलसंपत्ती, वनसंपदा यासारख्या प्राकृतिक घटकांचे ज्ञान असणे आवश्यक आहे. त्यासाठी हवामानशास्त्र, मृदाशास्त्र, जलव्यवस्थापन, वनस्पतिशास्त्र, प्राणिशास्त्र, सूक्ष्मजीवशास्त्र इ. शास्त्रांच्या अभ्यासाची मदत घेणे आवश्यक ठरते. अशा तऱ्हेने मानवी भूगोलाचा अभ्यास हा विज्ञान, सामाजिक शास्त्र आणि भूगोलाच्या अनेक शाखांमधील तत्त्वे, संशोधने आणि अभ्यासपद्धती यांच्याशी निगडित आहे. किंबहुना, असे आंतरशाखीय ज्ञान असल्याशिवाय ह्या विषयाचा अभ्यास परिपूर्ण होऊ शकत नाही; म्हणूनच मानवी भूगोल हा विषय आंतरशाखीय स्वरूपाचा आहे.

मानवी भूगोलाची व्याप्ती (Scope of Human Geography)

मानवी भूगोलात मानव व त्यासंबंधी असलेल्या इतर विषयांचा अभ्यास केला जातो. भूभागावर राहणाऱ्या लोकांचा सभोवतालच्या परिस्थितीशी काय संबंध आहे, याचा अभ्यास मानवी भूगोल करत असतो. कोणत्याही प्रदेशाची प्राकृतिक रचना, जलप्रणाली, हवामान, वनस्पती, प्राणी यांचा मानवावर कसा परिणाम होतो आणि त्या अनुषंगाने मानवाची प्रगती कशी झाली आहे, याचा अभ्यास मानवी भूगोल करतो. मानवी भूगोलात मानव केंद्रस्थानी आहे. मानव केवळ प्राकृतिक परिस्थितीचा गुलाम नाही तर एक प्रमुख अंग आहे, तो इतर सभोवतालच्या घटकांमुळे प्रभावित होऊन त्या घटकांतही परिवर्तन घडवून आणतो.

एक गोष्ट मात्र येथे नमूद करणे अत्यंत आवश्यक आहे. मानवी जीवनावर त्या त्या प्रदेशातील नैसर्गिक घटकांचा मोठा प्रभाव पडतो. त्यामुळे निरनिराळ्या प्रदेशांतील लोकांच्या अन्न, वस्त्र, निवारा, चालीरीती इ. गोष्टींत भिन्नता आढळते. मानवाचे आरोग्य, कार्यक्षमता, स्वभाव इ. गोष्टींवरही भौगोलिक परिस्थितीचा परिणाम होत असतो. उदा. टुंड्रा प्रकारच्या हवामानातील एस्किमो लोक कातडीचे पायघोळ अंगरखे वापरतात, समुद्र किनाऱ्यावरील लोक मासेमारीचा व्यवसाय करतात. या सर्वांचा अभ्यास मानवी भूगोलात

केला जातो. थोडक्यात, मानवी भूगोल एक व्यापक शास्त्र असून मानवाच्या सर्वांगीण घटकांचा अभ्यास करणारे आहे.

मानवी भूगोलाचा सामाजिकशास्त्र शाखांशी असणारा संबंध (Relation of Human Geography to Social Science)

प्राकृतिक भूगोलात निसर्गनिर्मित घटकांशी संबंधित गोष्टींचा अभ्यास केला जातो. मानवी भूगोलात मानव हाच केंद्रबिंदू मानला जातो. मानवाचा सामाजिक, सांस्कृतिक आणि एकूणच सर्वांगीण विकास वेगवेगळ्या समाजशास्त्राच्या शाखा घडवत असतो. विविध नैसर्गिक घटकांवर नियंत्रण ठेवून किंवा निसर्गाशी मिळतेजुळते घेऊन माणसाने आपल्या जीवनाचे कल्याण साधायचे असते. मानव आपल्या बौद्धिक कौशल्याने आर्थिक लाभाबरोबरच सांस्कृतिक विकाससुद्धा घडवून आणू शकतो. मानवाच्या बौद्धिक विकासाबरोबरच समाजशास्त्र, मानववंशशास्त्र, सैन्यशास्त्र, राज्यशास्त्र, अर्थशास्त्र, इतिहास इ. सामाजिक शास्त्रांचा विकास झाला. मानवी समाजाचे स्वरूप विविध सामाजिक शास्त्रे घडवीत असतात. प्रत्येक सामाजिक शास्त्राचा अभ्यासविषयक दृष्टिकोन भिन्न असला तरी ध्येय एकच असते आणि ते म्हणजे, मानवाचे कल्याण करणे.

पुढे काही सामाजिक शास्त्रे व त्यांचा मानवी भूगोलाबरोबर असलेला संबंध अभ्यासण्यात आलेला आहे. आकृती १.१ मध्ये ते स्पष्ट केलेले आहे.

१. **मानवी भूगोल व अर्थशास्त्र (Human Geography and Economics) :** अर्थशास्त्र आर्थिक घडामोडींचा अभ्यास करत असते. अर्थशास्त्राच्या अभ्यासाच्या बाबींशी भौगोलिक घटकांचा अत्यंत जवळचा संबंध असतो. शेती व्यवसायाचे उदाहरण घेतल्यास शेतीची पद्धती, तिचा प्रकार, शेतीत घेतले जाणारे उत्पन्न यांचा भौगोलिक घटकांशी अत्यंत जवळचा संबंध असतो. किंबहुना, भौगोलिक परिस्थितीवरच वरील गोष्टी अवलंबून असतात. आर्थिक व भौगोलिक घटकांच्या संबंधातून आर्थिक भूगोल ही मानवी भूगोलाची एक महत्त्वाची उपशाखा निर्माण झाली असून अर्थशास्त्र व मानवी भूगोल यांचा संबंध घनिष्ठ कसा आहे, हे स्पष्ट होते.

२. **मानवी भूगोल व इतिहास (Human Geography and History) :** इतिहास आणि मानवी भूगोल यांचा जवळचा संबंध आहे. ऐतिहासिक घडामोडींशी भूगोलाचा जवळचा संबंध असतो. ऐतिहासिक संस्कृतीचा उदय मैदानी व सुपीक प्रदेशात, म्हणजेच नदीच्या खोऱ्यात आढळून येतो. याचे महत्त्वाचे कारण म्हणजे संस्कृतीचा उदय आणि विकासासाठी असणारी अनुकूल भौगोलिक परिस्थिती. शिवाजीमहाराजांनी आपली राजधानी रायगडावर ठेवली याला कारण ज्या डोंगरभागावर किल्ला उभारला त्याचा संरक्षणाच्या दृष्टीने असणारा एकाकी

प्रकारच्या टेकडीचा आकार. वरील उदाहरणांतून ऐतिहासिक घटना आणि भूगोल यांचा निकटचा संबंध दिसतो. यातूनच ऐतिहासिक भूगोल ही मानवी भूगोलाची एक शाखा उदयाला आली.

३. **मानवी भूगोल व राज्यशास्त्र (Human Geography and Political Science) :** राजकीय घडामोडींचा अभ्यास राज्यशास्त्र करते. देशाच्या सीमा, देशाची राजधानी, निरनिराळ्या राजकीय पक्षांची निर्मिती, त्यांचे आचारविचार या गोष्टी भौगोलिक घटकांवर अवलंबून असतात. आधुनिक काळात कोणताही देश स्वयंपूर्ण नाही. आपल्या देशातील गरजांच्या पूर्ततेसाठी दुसऱ्या देशांवर अवलंबून राहावे लागते. यासाठी दुसऱ्या देशांशी संबंध चांगले ठेवावे लागतात. उद्योगधंदे, व्यापार व वाहतूक यामुळे देशादेशांतील संबंध दृढ होत असतात. या परस्पर-संबंधांचा देशाच्या राजकीय धोरणावर निश्चितच परिणाम होतो. येथेसुद्धा मानवी भूगोलाचा संबंध असलेला दिसतो. अशा या राजकीय घडामोडी व भूगोल यांच्या संबंधातून राजकीय भूगोलाचा उदय झाला.

मानवी हालचाली जशा मानव-निसर्ग संबंधांशी निगडित आहेत, तशाच त्याच्या राजकीय घडामोडीसुद्धा या संबंधावर अवलंबून असतात. जेव्हा मानव खनिज तेलाचा भरमसाठ वापर करू लागला तेव्हा खनिज तेल या नैसर्गिक संपदेला महत्त्व प्राप्त झाले. विसाव्या शतकाच्या मध्यापासून खनिज तेलास भूसामरिक (Geostrategic) महत्त्व प्राप्त झाले आहे. आधुनिक काळात जलसंपदेलाही महत्त्व प्राप्त झाले आहे. त्यामुळे अनेक राजकीय घडामोडी जलनियोजनाच्या संदर्भात होत आहेत. जल ही संपत्ती कोणाची? तिचा वापर कोणाच्या विकासासाठी करायचा? असे मूलभूत प्रश्न हाताळण्यासाठी मानवी भूगोलातील अभ्यासास महत्त्व प्राप्त झाले आहे.

४. **मानवी भूगोल व समाजशास्त्र (Human Geography and Sociology) :** सामाजिक घटकांचा अभ्यास करणारे शास्त्र म्हणजे समाजशास्त्र होय. समाजजीवन, सामाजिक संस्था, समाजरचना यांचा अभ्यास समाजशास्त्रात केला जातो. प्रत्येक मानवी समुदायाचे राहणीमान, चालीरीती, रूढी-परंपरा वैशिष्ट्यपूर्ण असतात. यांचा अभ्यास समाजशास्त्रात केला जातो. समाजशास्त्रात मानवाच्या सामाजिक व सांस्कृतिक समस्यांचा अभ्यास करण्यात येतो. या समस्या तेथील भौगोलिक परिस्थितीशी निगडित असतात. अशा प्रकारे सामाजिक पैलू व भौगोलिक घटकांचा संबंध जोडलेला दिसतो. या संबंधातूनच सामाजिक भूगोल या मानवी भूगोलाच्या उपशाखेचा उदय झाला.

५. **मानवी भूगोल व मानववंशशास्त्र** (Human Geography and Anthropology) : मानवी वंश, त्यांचे प्रकार, वितरण व वैशिष्ट्ये यांचा अभ्यास मानववंशशास्त्रात केला जातो. मानवी वंशाच्या शारीरिक वैशिष्ट्यांचा भौगोलिक परिस्थितीशी जवळचा संबंध असतो. एखाद्या विशिष्ट प्रकारच्या भौगोलिक परिस्थितीतच विशिष्ट वंशाची निर्मिती होत असते. भौगोलिक परिस्थितीचा मानवाच्या वंशावर व त्याच्या वितरणावर परिणाम होत असतो. मानवी वंश, वितरण, वैशिष्ट्ये यांचा अभ्यास मानवी भूगोलातही केला जातो. त्यामुळे मानवी वंशशास्त्र व भूगोल यांच्या संबंधातून मानवी वंश भूगोल (Anthropo-Geography) या उपशाखेचा उदय झाला.

६. **मानवी भूगोल व सैन्यशास्त्र** (Human Geography and Military Science) : सैन्यशास्त्र व भौगोलिक घटकांचा निकटचा संबंध असतो. पर्वत, पठारे, मैदाने, जलाशय, हवामान, वनस्पती यांच्या अभ्यासाचा युद्धजन्य परिस्थितीत अत्यंत महत्त्वपूर्ण उपयोग होतो. युद्धभूमीचे भौगोलिक अध्ययन युद्ध जिंकण्यास उपयोगी ठरू शकते. युद्धाची व्यूहरचना करत असताना युद्धभूमीचा नकाशा अभ्यासला जातो. युद्धभूमीवरील सैनिकांना त्या भागातील प्राकृतिक रचना, हवामान, जलाशय यांची माहिती करून घ्यावी लागते. या सर्व गोष्टींचा विचार करता भौगोलिक परिस्थिती आणि सैन्यशास्त्र यांचा घनिष्ठ संबंध स्पष्ट होतो. यातूनच सैनिकी भूगोल (Military Geography) ही मानवी भूगोलाची एक उपशाखा म्हणून निर्माण झाली.

अशा तऱ्हेने मानव – निसर्ग परस्पर संबंधांचा सकारण अभ्यास करणारा हा विषय आहे. या विषयाच्या अनेक शाखा निर्माण होऊन त्याची व्याप्ती वाढतच आहे.

मानवी भूगोलाचे महत्त्व (Importance of Human Geography)

भूगोलशास्त्राची एक प्रमुख शाखा मानवी भूगोल आहे. मानवी भूगोलामध्ये मानवाला केंद्रस्थानी ठेवलेले आहे. मानव पृथ्वीतलावरील बुद्धिमान प्राणी आहे. मानवाने आपल्या बुद्धीचातुर्याचा वापर करून सभोवतालच्या पर्यावरणात आमूलाग्र बदल घडवून आणले. मानवाने स्वतःचे सांस्कृतिक विश्व निर्माण केलेले आहे. निसर्गातील संसाधने वापरून निसर्गाचा स्वतःच्या कल्याणासाठी वापर केलेला आहे. मानवाने सांस्कृतिक पर्यावरणाची निर्मिती केली, यामध्ये शेती, उद्योगधंदे, मानवी वसाहती, वाहतूक-मार्ग, नद्यांवरील पूल, धरणे, कालवे, जलविद्युत प्रकल्प इ. घटकांचा समावेश होतो.

मानवी भूगोलामध्ये जगभरातील विविध प्रदेशांमधील पर्यावरण व त्या प्रदेशामध्ये वास्तव्य करणारा मानवी समूह यांच्या क्रिया-प्रक्रियांचा, परस्पर संबंधाचा अभ्यास केला

जातो. मानवी भूगोलात विविध प्रदेशांमधील लोकसमूह, नैसर्गिक संसाधने, नैसर्गिक संसाधनाच्या वापरामुळे निर्माण झालेले सांस्कृतिक पर्यावरण, मानवी समूह व सभोवतालच्या नैसर्गिक पर्यावरणाचा सहसंबंध इ. चा अभ्यास केला जातो. इ.स.१९५० नंतर मानवाची वर्तणूक व मानवी कल्याणाच्या अभ्यासाला महत्त्व प्राप्त झाले. मानवी भूगोलाच्या कल्याणकारी अभ्यासपद्धती, वर्तणूक अभ्यासपद्धतींमध्ये मानवी कल्याण व मानवी वर्तनाचा अभ्यास केला जाऊ लागला.

मानवी भूगोलामध्ये शेती, उद्योगधंदे, व्यापार, वाहतूक, विपणन इ. चा अभ्यास आर्थिक भूगोलामध्ये, मानवी वसाहतींचा अभ्यास वसाहत भूगोलामध्ये तर राज्य, राष्ट्र, सीमा इ. चा अभ्यास राजकीय भूगोलात केला जातो. सामाजिक, सांस्कृतिक, ऐतिहासिक घटकांचा अभ्यास सामाजिक भूगोल, ऐतिहासिक भूगोलात केला जातो. २१ व्या शतकामध्ये मानवाचे वर्तन, मानवाचे कल्याण इ. घटकांच्या अभ्यासामुळे मानवी भूगोलाला अनन्य साधारण महत्त्व प्राप्त झालेले आहे.

१.४ मानवी भूगोलाच्या अभ्यासपद्धती (Approaches to the Study of Human Geography)

कृतीशील मानवाचा अभ्यास मानवी भूगोलामध्ये केला जातो. मानवी भूगोलाच्या अभ्यासपद्धतीमध्ये मानवाचे वर्तन, मानवाचे कल्याण व मानवतावाद इ. घटक महत्त्वाचे आहेत. मानवी भूगोलाच्या तीन अभ्यासपद्धती पुढीलप्रमाणे आहेत –

१. वर्तणूक पद्धती (Behavioural Approach)
२. कल्याणकारी पद्धती (Welfare Approach)
३. मानवतावादी पद्धती (Humanistic Approach)

१. वर्तणूक पद्धती (Behavioural Approach) : मानवाच्या सभोवताली आढळणारे नैसर्गिक पर्यावरण, निर्सग नियम, निर्सगघटना इ. चे विषयनिष्ठ मूल्यमापन त्याबद्दलची मानवाची जागरूकता व ज्या वस्तूंचे ते बनलेले आहे, त्याबद्दलचे त्याचे प्रयोजन याला वर्तणूक किंवा व्यवहारवादी पर्यावरण म्हणतात. अशा प्रकारचे आकलन फक्त मानवाला त्याच्या दैनंदिन जीवनाबद्दलच्या दृष्टिकोनापुरते फक्त मर्यादित करते असे नाही तर निर्णय घेण्याच्या सक्रिय प्रक्रियेच्या मुळाशी देखील ते निगडित असते. सभोवतालच्या पर्यावरणाचे आकलन हे निर्सगघटनांमधील अनुभव व क्रियाशीलतेसाठी आदेश असे दुहेरी असते; अशा प्रकारे मिळविलेले निर्भेळ केलेले माहितीचे वर्णन 'मानसिक नकाशा' (Mental Map) किंवा 'भविष्यकाळातील क्रियांचे डावपेच किंवा योजना' असे केले जाते.

वर्तणूक पर्यावरण संकल्पनेचा विकास मानसशास्त्रामधील **गेस्टाल्ट** संप्रदायाने केला. गेस्टाल्टच्या विचारप्रणालीनुसार आपण जगात ज्या वस्तू पाहतो. त्या व्यक्तिगत पद्धतीने पाहिल्यास त्यांचा कमी अर्थबोध होतो, मात्र एकत्रित पाहिल्यास भिन्न भिन्न अर्थ निघतात. त्यामुळे होणारे आकलन विसकळीत गोंधळून टाकणारे, विद्‌वत्तापूर्ण नसते, तर ते अंतःप्रेरणाबद्ध, क्रमबद्ध व सुलभ असते.

विल्यम क्लर्क यांनी वर्तणूक पर्यावरणाची व्याख्या केलेली आहे. त्यांच्या मतानुसार मानस-प्राकृतिक क्षेत्रात निर्सग विषयक घटनांचे प्रारूप आढळून येते. त्यास सांस्कृतिक संदर्भास मूल्ये प्राप्त होतात व ज्या पर्यावरणात विवेकपूर्ण आचरणास प्रारंभ होतो आणि त्याचे रूपांतर बाह्य क्रियांमध्ये करता येते किंवा येत नाही त्याला व्यवहारवादी पर्यावरण असे म्हणतात.

विल्यम क्लर्कच्या मतानुसार मानवाचा सभोवतालच्या पर्यावरणाशी सतत प्रत्यक्ष संपर्क येत असतो आणि प्राकृतिक क्रियांमुळे दुतर्फी बदल घडून येतो तर दुसऱ्या बाजूला व तेवढ्याच महत्त्वाच्या पातळींवर सभोवतालच्या पर्यावरणीय घटकांमुळे लोकांच्या क्रिया नियंत्रित होतात. मानवाने आपल्या सामाजिक, सांस्कृतिक पर्यावरणातून प्राप्त झालेली उद्दिष्टे, प्राधान्यक्रम, विचारपद्धती, परंपरा समोर ठेवून जर निर्सग-घटनांचे, निसर्गनियमांचे अवलोकन केले तरच असा प्रवेश करणे शक्य आहे. त्यामुळेच वेगवेगळ्या संस्कृतीमधील मानवाला सभोवतालच्या सृष्टीचा भिन्न भिन्न अर्थबोध लावता येतो.

क्लर्कच्या मतानुसार, मानव चेतनाक्षम, विवेकक्षम व ध्येयवादी आहे, आर्थिक मानव क्लर्कने प्रस्तुत केला नाही; कारण व्यवहारवादी, पर्यावरणाचा उद्‌भव वास्तवतेच्या व सांस्कृतिक मूल्यांबरोबरच्या आंतरक्रियांमधून झालेला असतो. मानवाच्या क्रियांना बाह्य पर्यावरण मार्गदर्शन करत नसून मानवाची विसकळीत मानवशास्त्रीय प्रतिनिधीत्वही मार्गदर्शक ठरू शकते.

२. **कल्याणकारी पद्धती (Welfare Approach) :** भूगोलतज्ज्ञांनी १९६० नंतर मानवी कल्याणकारी अभ्यासपद्धतीचा अवलंब केला. कल्याणकारी अभ्यासपद्धती प्रत्यक्षवाद (Positivism), परिमाणात्मक क्रांती (Quantitative Revolution), अभिक्षेत्रीयशास्त्र (Spatial Science) आणि प्रतिकृतीनिर्मिती (Model Building) यांच्याद्वारा निर्माण झाली; कारण समकालीन मानव समाजाच्या समस्यांच्या बाबतीत वरील अभ्यासपद्धती अपुऱ्या होत्या.

मानवी भूगोल १९७० नंतर गरिबी, कुपोषण, दारिद्र्य, भूक, गुन्हेगारी, संपत्तीचे वितरण, सत्तेचे वितरण, शिक्षण व आरोग्य इत्यादी विषयांचा विचार करणारी एक कल्याणकारी अभ्यासपद्धती निर्माण झाली. सामाजिक दृष्टिकोनाच्या बाबतीत याच

काळामध्ये विकास व प्रगती या आर्थिक निकषांच्या ऐवजी जीवनमान या व्यापक निकषास महत्त्व आले. स्थिर आर्थिक वाढीच्या काळात नैसर्गिकघटनांचे स्थलीय वितरण व इतर वितरण यांना अधिक महत्त्व मिळाले.

कल्याणकारी पद्धतीमध्ये पॅरेटो इष्टमान (Pareto Optimality) महत्त्वाचे आहे. या इष्टमानाच्या गृहीततत्त्वानुसार समाजातील एक लोकसमूह उत्पादनाच्या कमाल मर्यादिपर्यंत पोहचले आहे. आता त्या उत्पादनामध्ये वाढ होणे शक्य नाही. श्रीमंत लोकांनी त्याग केल्याशिवाय गरीब लोकांच्या परिस्थितीमध्ये सुधारणा होणार नाही. समाजातील गरीब, उपेक्षित लोकांसाठी सधन, सुसंपन्न लोकांकडून त्यांचे मूल्य वसूल करणे व धोरणाची कार्यवाही करणे यास 'पॅरेटो इष्टमान' म्हणतात. अशा वेळी काही लोकांचे नुकसान झाल्याशिवाय अन्य लोकांचा फायदा होणे शक्य नसते. कल्याणकारी दृष्टिकोन कोणाला, काय, कोठे व कसे प्राप्त होते यावर भर देतो.

कोणाला : 'कोणाला' या शब्दाचा अर्थ आपण अभ्यासत असलेल्या किंवा आपल्या विचाराधीन असलेल्या प्रदेशाची लोकसंख्या विचारात घेतात. (प्रदेश म्हणजे नगर, राष्ट्र, जग) किंवा वर्ग, जाती, वंश व इतर गुण वैशिष्ट्यांनुसार केलेल्या उपविभागाची लोकसंख्या विचारात घेतात.

काय : 'काय' या शब्दाने त्या प्रदेशातील लोकसंख्या उपभोग घेत असलेल्या किंवा वापरत असलेल्या विविध वस्तू, सेवा, पर्यावरणाचा दर्जा, सामाजिक संबंध इत्यादींचा अर्थबोध होतो.

कोठे : 'कोठे' या शब्दामुळे एखाद्या प्रदेशातील किंवा निवासी विभागातील राहणीमान दुसऱ्या विभागापेक्षा कसे वेगळे आहे, याचा अर्थबोध होतो.

कसे : 'कसे' शब्दामुळे आपल्याला असे समजते की, कोणत्या प्रक्रियेमुळे आपल्याला दिसणारा फरक निर्माण झालेला आहे.

कल्याणपद्धतीचे प्राथमिक कार्य वर्णनात्मक आहे. या संदर्भातील समाजाची सध्याची स्थिती ही कल्याणकारी अर्थशास्त्राच्या अमूर्त समीकरणाचा विस्तार आहे. प्रादेशिकदृष्ट्या विखुरलेल्या मानव समाजाच्या कल्याणाच्या स्तराचे पुढील प्रमाण आहे.

$$W = f(S_1 \dots S_n)$$

सूत्रामध्ये W = कल्याण (Welfare)

S = एखाद्या प्रादेशिक उपविभागातील राहणीमान किंवा सामाजिक स्वास्थ्य (Standard of Living)

f = घटक किंवा तत्त्वे (Factors)

मानवी भूगोलात मानवी कल्याणाच्या विविध तत्त्वांचा किंवा घटकांचा एकत्रित विचार केलेला आहे. सामाजिक कल्याणाची तत्त्वे किंवा घटक खालीलप्रमाणे –

अ) उत्पन्न, आ) संपत्ती, इ) रोजगार/नोकरी, ई) निवास/गृहनिर्मिती, उ) पर्यावरणाचा दर्जा, ऊ) आरोग्य, ए) शिक्षण, ऐ) सामाजिक व्यवस्था (गुन्हेगारीचा अभाव, सुरक्षिततेमधील धोका), ओ) लोकसहभाग, औ) करमणूक व सुखसुविधा

स्वास्थ्य–सुविधांमधील विषमस्थिती आणि प्रदूषण यामधील वेगवेगळे अनुभव यावरही भर देता येऊ शकतो.

भूगोलशास्त्रामध्ये जीवनाच्या अंगाची माहिती दुर्लक्षित आहे. ही माहिती वर्णनात्मक संशोधनामुळे प्राप्त होत असेल तर ते समर्थनीय आहे. यामुळे मूल्यमापनास आधार प्राप्त होतो, परिणामी सध्याच्या परिस्थितीमध्ये पर्यायी अवलोकन (भूतकाळ, संभाव्य व नियोजित) कल्याण सुविधांचे मापदंड वापरून करता येते. सुविधायुक्त स्थानांची निर्मिती अथवा बंदी (उदा. शाळा, रुग्णालय इ.) चा बाबतीतील वैकल्पिक योजनांच्या संघाताचे मूल्यमापन करता येते. आपण अवलोकन करीत असलेल्या विभागाच्या उपविभागातील मानवाला होत असलेल्या उपयुक्ततेचे वितरण कसे होते असे निकष वापरले जातील.

कल्याणकारी अभ्यासपद्धती मानवी भूगोलासाठी पर्यायी आराखडा म्हणून सूचित केली गेली असली तरीदेखील असमानतेच्या मूलभूत समस्यांची सोडवणूक करणाऱ्या भूगोलशास्त्राच्या कल्याणकारी अभ्यासपद्धतीमधील प्रश्न कोणत्याही एका ज्ञानशाखेच्या मर्यादेपलीकडील प्रश्न असून वेगवेगळ्या विषयांच्या मर्यादांना त्यामुळे तसा काही अर्थ राहीला नाही; याला कल्याणकारी भूगोलाने मान्यता दिल्यासारखे आहे.

३. मानवतावादी पद्धती (Humanistic Approach) : मानवी भूगोलाच्या अभ्यासाची ‘मानवतावादी पद्धती’ एक महत्त्वाची अभ्यासपद्धती आहे. मानव व्यक्ती काय आहे? व ती काय करू शकते? या विचारप्रणालीचा विस्तारीत दृष्टिकोन म्हणजे ‘मानवतावादी पद्धती’ होय. या अभ्यासपद्धतीचे महत्त्वाचे वैशिष्ट्य असे की, मानवी जाण, मानवी चेतना, बोध, मानवी क्रिया व मानवी सर्जनशीलता या मध्यवर्ती भूमिका पार पाडतात.

१९७० च्या सुमारास भूगोलशास्त्रामध्ये मानवतावादाचे पुनर्जीवन झाले. परिणात्मक क्रांतीमुळे मानवतावादाचा भूगोलशास्त्रात उदय झाला. या मानवतावादामध्ये मानवाला केंद्रस्थानी ठेवण्यात आले. भूगोलशास्त्राला जनभूगोलाचे स्वरूप प्राप्त झाले.

मानवतावादाचा प्रारंभ व विकास भूगोलशास्त्रात फ्रेंच भौगोलिक संप्रदायातून झाला असे मानतात. मात्र, मानवतावादाचे समर्थक या वंशपरंपरेशी असहमती दर्शवितात.

गेल्या ३५ वर्षांत मानवतावादी भूगोलशास्त्राची प्रगती संभववादावर (Positivisim) हल्ला करण्यापासून संरचनावादावर (Structuralism) आक्रमण करण्यापर्यंत झालेली आहे. मानवतावादी भूगोलतज्ज्ञांद्वारा संशोधन कार्यासाठी सुनिश्चित पद्धतीने विज्ञानाचा विकास झाला, यात दोन प्रमुख विचारप्रवाह आहेत.

अ. **अंतःप्रेरणानिर्मित विचारधारा :** एक विचारधारा अंतःप्रेरणा निर्मित आहे. या विचारधारेने ज्ञान भांडाराची सागर भूपृष्ठावरील मानवाशी म्हणजे मानवी अनुभव, अनुभवप्रसार याबरोबर घातलेली आहे. सौंदर्यशास्त्र, साहित्याची समीक्षा, कला, इतिहास इ. घटक या अभ्यासपद्धतीत येतात. स्थल पुनःशोध व भूरूप प्रतिमेबद्दल आस्था इ. गोष्टी ऐतिहासिक भूगोलाशी निगडित आहेत.

ब. **आत्मप्रेरणात्मक व सैद्धांतिक विचारधारा :** दुसऱ्या विचारधारेचे मुख्य उद्दिष्ट सैद्धांतिक व्यवहाराचे स्पष्टीकरण आहे. ही विचारधारा अस्तित्ववाद व घटना क्रिया विज्ञान यावर आधारित आहे. ही अभ्यासपद्धती वैज्ञानिक व तार्किक आहे. ही पद्धती पूर्णपणे सांख्यिकी नसून तिचे सामाजिक भूगोलाशी जवळचे नाते आहे.

१.५ मानवी भूगोलाच्या शाखा (Branches of Human Geography)

फ्रेंच भूगोल संप्रदायातील व्हिदॉल-द-ला-ब्लाश, झीन ब्रुझज, दमोंजीऑ, फेबव्हरे, परपिलू, जर्मन भूगोल संप्रदायातील फ्रोबल, रिचथोफेन, कार्ल ट्रोल, ब्रिटिश भूगोल संप्रदायातील हर्बर्ट्सन, राक्सबी, फ्लेऊर आणि अमेरिकन भूगोल संप्रदायातील जॉर्जमार्श, कुमारी सेंपल, हटिंग्टन यांनी मानवी भूगोलाच्या विकासात महत्त्वपूर्ण योगदान दिले. मानवी भूगोलाच्या शाखा पुढीलप्रमाणे आहेत - (तक्ता क्र. १.२)

१. **आर्थिक भूगोल (Economic Geography) :** आर्थिक भूगोल ही मानवी भूगोलाची महत्त्वाची शाखा आहे. मानव पर्यावरणातील संसाधने वापरून विविध प्रकारच्या आर्थिक क्रिया करत असतो. एखाद्या प्रदेशातील वस्तू व सेवांचे उत्पादन (Production), उत्पादनाचे वितरण (Distribution of Production) आणि उत्पादनांचा वापर/उपभोग (Consumption) इ. घटकांचा आर्थिक भूगोलात अभ्यास केला जातो. एखाद्या प्रदेशातील उत्पादनावर भौगोलिक घटकांचा प्रभाव पडत असतो. उत्पादनाबरोबरच वितरण व उपभोग घटकांवरसुद्धा भौगोलिक घटकांचा प्रभाव पडलेला दिसून येतो म्हणून एखाद्या ठराविक प्रदेशात विशिष्ट वस्तूंचेच उत्पादन होत असते. आर्थिक मानव (Economic Man) हा आर्थिक भूगोलाचा अभ्यासविषय आहे. आर्थिक भूगोलात मानवाच्या सर्व आर्थिक क्रिया अभ्यासल्या जातात. या आर्थिक क्रियांमध्ये कृषी, बाजारपेठा, उत्पादने, व्यापार, वाहतूक, विपणन, वस्तू व सेवा इ.

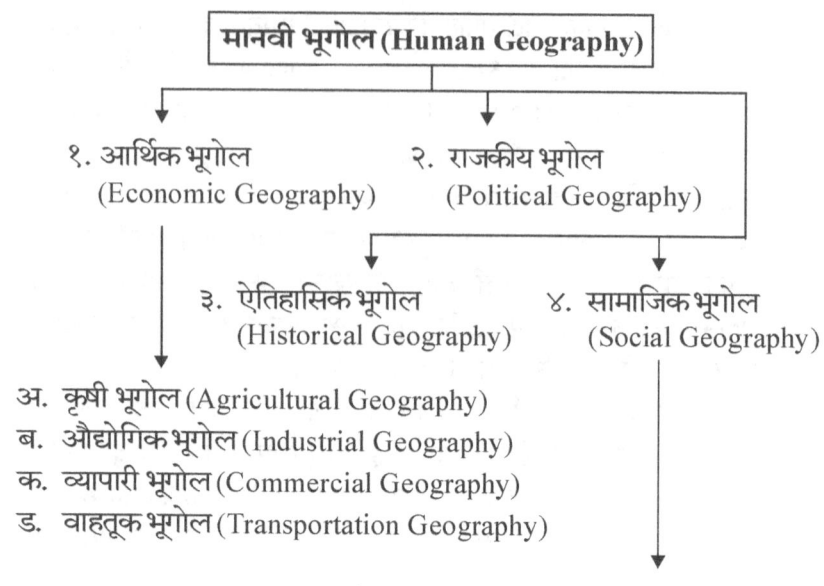

मानवी भूगोल (Human Geography)

- १. आर्थिक भूगोल (Economic Geography)
  - अ. कृषी भूगोल (Agricultural Geography)
  - ब. औद्योगिक भूगोल (Industrial Geography)
  - क. व्यापारी भूगोल (Commercial Geography)
  - ड. वाहतूक भूगोल (Transportation Geography)
- २. राजकीय भूगोल (Political Geography)
- ३. ऐतिहासिक भूगोल (Historical Geography)
- ४. सामाजिक भूगोल (Social Geography)
  - अ. लोकसंख्या भूगोल (Population Geography)
  - ब. वसाहत भूगोल (Settlement Geography)
    - अ. ग्रामीण वसाहत भूगोल (Rural Settlement Geography)
    - ब. नागरी वसाहत भूगोल (Urban Settlement Geography)

तक्ता क्र. १.२

घटकांचा प्रादेशिक अभ्यास केला जातो. आर्थिक भूगोलाच्या कृषी भूगोल, औद्योगिक भूगोल, व्यापारी भूगोल, वाहतूक भूगोल या उपशाखा आहेत.

अ. **कृषी भूगोल (Agricultural Geography) :** कृषी भूगोलात विविध प्रकारच्या पिकांचा अभ्यास केला जातो. जगातील विविध प्रदेशांमध्ये हवामानानुसार वेगवेगळी पिके घेतली जातात यामध्ये अन्नधान्याची पिके, नगदी पिके (Cash Crops), फळे इ. चा समावेश होतो. मृदा, समुद्रसपाटीपासूनची उंची, पर्जन्य, तापमान, आर्द्रता इ. भौगोलिक घटकांचा प्रभाव त्या-त्या प्रदेशातील पिकांवर पडत असतो. या प्रभावाचे परिक्षण कृषी भूगोलात करतात.

ब. **औद्योगिक भूगोल (Industrial Geography) :** औद्योगिक भूगोलामध्ये उद्योगधंद्याचा अभ्यास केला जातो. यामध्ये उद्योगधंद्याचे प्रकार, वितरण,

केंद्रीकरण, विकेंद्रीकरण इ. घटकांना अनुसरून उद्योगधंद्याचा अभ्यास केला जातो. साधनसंपत्तीचा वापर व नियोजन या घटकाला औद्योगिक भूगोलात महत्त्वाचे स्थान आहे.

क. **व्यापारी भूगोल (Commercial Geography)** : व्यापारी भूगोलामध्ये व्यापाराचे स्थलीय घटक, व्यापारी वस्तूंमध्ये असलेली स्थलीय विविधता, व्यापाराची दिशा व विकास, जागतिक व्यापारी संघटना इ. घटकांचा अभ्यास केला जातो.

ड. **वाहतूक भूगोल (Transportation Geography)** : वाहतूक भूगोलामध्ये वाहतूक मार्ग, वाहतूकीचे प्रकार व साधने, वाहतूक मार्गांची जाळी, त्यांचा वापर, उद्योगधंदे यावर पडणारा प्रभाव इ. घटकांचा अभ्यास केला जातो. वाहतुकीवर भौगोलिक घटकांचा प्रभाव पडतो.

साधन संपदा भूगोल, विपणन भूगोल व पर्यटन भूगोल सुद्धा आर्थिक भूगोलाच्या महत्त्वाच्या उपशाखा आहेत.

२. **राजकीय भूगोल (Political Geography)** : राजकीय भूगोल ही एक भूगोलाची महत्त्वाची शाखा आहे. जर्मन भूगोलतज्ज्ञ फ्रेड्रीक रॅट्झेल यांनी राजकीय भूगोलाचे महत्त्व विषद केलेले आहे. रॅट्झेल यांनी ''राज्य व समाजाचा जैविक सिद्धांत (Organic Theory of State and Society) हा राजकीय भूगोलातील एक महत्त्वपूर्ण सिद्धांत मांडला. ब्रिटिश भूगोल तज्ज्ञ हॅलफोर्ड मॅकिंडर यांनी १९०४ मध्ये 'हृदयस्थल' (HeartLand) हा महत्त्वपूर्ण सिद्धांत मांडला. अमेरिकन भूगोलतज्ज्ञ हार्टशार्न यांनी 'राजकीय भूगोलाचे आधुनिक सिद्धांत' हा ग्रंथ १९३४ मध्ये प्रकाशित करून राजकीय भूगोलाच्या विकासात योगदान दिले.

राज्याच्या सीमा, सरहद्द, प्रांत, भौगोलिक संपर्क, अंतर, राज्याची लोकसंख्या, राज्यांची साधनसंपदा, राज्यांचा विस्तार, राज्यांचे विभाजन, राज्यांचा भौगोलिक अभ्यास इ. घटकांचे अध्ययन राजकीय भूगोलामध्ये केले जाते. राष्ट्रवाद, आंतरराष्ट्रीय संबंधाचे भौगोलिक विश्लेषण, विविध प्रकारचे करार, राज्या-राज्यातील संबंध, विदेशी धोरण, नागरी क्षेत्रांचे व्यवस्थापन इ. नवीन घटकांचा अभ्यास व संशोधन कार्य राजकीय भूगोलामध्ये सुरू आहे. लष्करी भूगोल ही राजकीय भूगोलाचीच एक उपशाखा आहे.

३. **ऐतिहासिक भूगोल (Historical Geography)** : ऐतिहासिक भूगोल ही मानवी भूगोलाची एक महत्त्वपूर्ण शाखा आहे. मॅकिंडर यांच्या मतानुसार, 'ऐतिहासिक भूगोल म्हणजे, ऐतिहासिक अभ्यास हा कालप्रवाहात मागे जाऊन त्याकाळातील भूगोल

कसा असेल, याचा विचार करणे होय. घडलेल्या इतिहासाच्या प्रदेशाची भौगोलिक परिस्थिती कारणीभूत ठरते.' प्राचीन काळातील गड, किल्ले त्या-त्या प्रदेशातील भौगोलिक परिस्थितीचा विचार करूनच बांधलेले आहेत. गड, किल्ले म्हणजे सुरक्षित स्थान असते. भूतकाळाचा अभ्यास केल्याशिवाय वर्तमानकाळाचे आकलन होत नाही.

४. **सामाजिक भूगोल (Social Geography)** : मनुष्य समाजशील प्राणी आहे. मानवी जीवनावर सभोवतालच्या नैसर्गिक पर्यावरणाचा प्रभाव पडत असतो. कार्ल रिटर यांनी १८०६ मध्ये भौगोलिक प्रदेशाची 'जैविक एकात्मता' ही संकल्पना मांडली. यामध्ये एखाद्या प्रदेशातील नैसर्गिक पर्यावरण, तेथील लोकसमूह, संस्कृती इ. घटकांमध्ये एकात्मता आढळते असे प्रतिपादन केले. जर्मन भूगोलकार रॅट्झेल यांनी 'ॲन्थ्रोपोजिऑग्राफी' या ग्रथांत नैसर्गिक पर्यावरणाचा मानव व मानवी समाजावर पडणारा प्रभाव स्पष्ट केलेला आहे. समाजातील रूढी, परंपरा, चालीरीती, सण, उत्सव, विवाहपद्धतीचे आकलन करून घेण्यासाठी त्या ठिकाणचे नैसर्गिक पर्यावरण अभ्यासावे लागते. मानवाचे वर्तन गुन्हेगारी इ. घटकसुद्धा या शाखेत अभ्यासले जातात. लोकसंख्या भूगोल, वसति भूगोल या सामाजिक भूगोलाच्या दोन महत्त्वाच्या उपशाखा आहेत.

अ. **लोकसंख्या भूगोल (Population Geography)** : मानव ही पृथ्वीतलावरील सर्वांत महत्त्वाचा प्राणी आहे. मानवी समूह किंवा लोकसंख्येचा अभ्यास लोकसंख्या भूगोलामध्ये केला जातो. जगातील वेगवेगळ्या प्रदेशातील लोकसंख्या, लोकसंख्या वाढ, लोकसंख्या वितरण, घनता, स्थलांतर, जीवनमान, आर्थिक रचना व सभोवतालचे पर्यावरणाशी मानवी समूहाने केलेले समायोजन, लोकसंख्या व साधनसंपदा, तंत्रज्ञानाचा विकास, आर्थिक विकास इ. घटक 'लोकसंख्या भूगोलाचा' अभ्यास विषय आहेत.

ब. **वसाहत भूगोल (Settelment Geography)** : वसाहत भूगोलामध्ये मानवी वसाहतींचा अभ्यास केला जातो. या वसाहतींचे ग्रामीण वसाहती व नागरी वसाहती असे दोन प्रकार आहेत. झपाट्याने होत गेलेले नागरीकरण यामुळे नागरी वसाहतीच्या अभ्यासास अधिक महत्त्व प्राप्त झालेले आहे.

१. **नागरी वसाहत भूगोल (Urban Settelment Geography)** : नागरी वसाहतीच्या अभ्यासामध्ये नगरांचे ऐतिहासिक महत्त्व व विकास, नगराचे स्थान व स्थिती, संरचना, नागरी कार्ये, वर्गीकरण, समस्या, श्रेणी नगरांचे एकमेकांशी असलेले संबंध, नगरांतर्गत वाहतूक, वाहतूक समस्या, नगर विस्तार, सोयी-सुविधा, नगराची प्रतिमा इ. घटकांचा अभ्यास केला जातो.

२. **ग्रामीण वसाहत भूगोल (Rural Settelment Geography) :** ग्रामीण वसाहतींच्या अभ्यासामध्ये ग्रामीण वसाहतींचे स्वरूप, ग्रामीण वसाहतींचे कार्य इ. घटकांचा अभ्यास केला जातो. ग्रामीण वसाहतींमध्ये प्रामुख्याने कृषी व्यवसाय आढळून येतो.

प्रश्नसंच

अ. प्रत्येकी २० शब्दांत उत्तरे लिहा.

१. मानवी भूगोलाची व्याख्या लिहा.

२. मानवी भूगोलाच्या कोणत्याही दोन अभ्यासपद्धतींची नावे लिहा.

३. मानवी भूगोलाच्या कोणत्याही दोन उपशाखांची नावे लिहा.

४. कु. सेम्पल यांनी मानवाला काय संबोधले आहे?

५. मानवी भूगोलाचा अभ्यास करणाऱ्या कोणत्याही दोन भूगोलकारांची नावे लिहा.

६. मानवी भूगोलाचे जनक कोण आहेत?

ब. प्रत्येकी ५० शब्दांत टिपा लिहा.

१. मानवी भूगोलाच्या उपशाखा

२. मानवी भूगोलाचे महत्त्व

३. वर्तणूक अभ्यासपद्धती

४. कल्याणकारी अभ्यासपद्धती

५. मानवी भूगोलाचे स्वरूप

क. प्रत्येकी १५० शब्दांत उत्तरे लिहा.

१. मानवी भूगोलाचा सामाजिकशास्त्रांशी असलेला संबंध स्पष्ट करा.

२. मानवी भूगोलाची मानवतावादी अभ्यासपद्धती स्पष्ट करा.

ड. प्रत्येकी ३०० शब्दांत उत्तरे लिहा.

१. मानवी भूगोलाची व्याख्या लिहा. मानवी भूगोलाचे स्वरूप व व्याप्ती स्पष्ट करा.

२. मानवी भूगोलाच्या अभ्यासपद्धतींची सविस्तर माहिती लिहा.

२ मानवी भूगोलामधील विचारप्रवाह
Thoughts in Human Geography

- **२.१ प्रस्तावना (Introduction)**
- **२.३ मध्ययुगीन काळामधील मानवी भूगोल (Human Geography in Medieval Period)**
- **२.४ आधुनिक काळामधील मानवी भूगोल (Human Geography in Modern Period)**

२.१ प्रस्तावना (Introduction)

भूगोलाची सुरुवात फार प्राचीन काळी झाली आहे. सर्व ज्ञानशाखांमध्ये भूगोल हेच प्राचीन शास्त्र आहे असे बरेच शास्त्रज्ञ मानतात, कारण भूपृष्ठ हे भूगोलाचे अभ्यासक्षेत्र आहे. अगदी आदिमानवाने सर्वप्रथम ज्याच्या सभोवतालच्या भूपृष्ठाचाच विचार केला असला पाहिजे. त्याच्या सभोवतालची प्राकृतिक रचना, वैशिष्ट्ये, हवामान, प्राणी, वनस्पती, जलाशये यांचाच विचार त्याने केलेला असावा. या घटकांच्या अभ्यासावरून भूगोलशास्त्राची सुरुवात झाली.

भौगोलिक विचारप्रणालीचा उदय आणि विकास यांची जुनी परंपरा असल्याचे दिसून येते. अतिप्राचीन काळातील या शास्त्राच्या विकासाचा आढावा घेणे तसे आवश्यक आहे; कारण या संदर्भात लिखित साहित्य, सांख्यिकी, नकाशे उपलब्ध नाहीत, त्या काळी मानवाला 'लिहिण्याची कला' अवगत नव्हती, पुराभिलेख शास्त्राने केलेल्या निरनिराळ्या संस्कृतीच्या संशोधनावरून असे दिसून येते की, त्या काळात भूगोलाचा

प्राथमिक स्वरूपाचा विकास झाला असावा. या सर्वच प्राचीन संस्कृतीने भूगोलशास्त्राच्या विकासात फारच मोलाची भर घातली आहे.

निरनिराळ्या नैसर्गिक शास्त्रांच्या विकासात प्राकृतिक परिस्थितीचा सहभाग महत्त्वाचा असतो.

उदा. बॅबेलोनियन संस्कृतीत खगोलशास्त्राचा विकास तेथील निरभ्र आकाशामुळे झाला. इजिप्तमधील नाईलच्या सुपीक मैदानी प्रदेशांत कृषी विकासाबरोबरच भूमितीचा विकास झाला. ग्रीसमध्ये विविधपूर्ण प्राकृतिक रचनेची वैशिष्ट्ये, नद्यांची खोरी, सागरी मैदाने, किनारे यामुळे प्राकृतिक भूगोलशास्त्राचा विकास मोठ्या प्रमाणावर झाला.

भूगोलशास्त्रातील संकल्पनांच्या उदयाबद्दल काही सामुग्रीचा शास्त्रज्ञांना उपयोग होतो. उदा. बॅबिलोन येथील मणिशंखाचे आराखडे, मेटाशियातील नौकायानांचे आराखडे, कोरलेल्या विटा, गुहातील चित्रे इ. साहित्य उल्लेखनीय आहे.

ग्रीकपूर्व हेलेनिय संस्कृती पूर्वकाळात भूगोल म्हणजे भूपृष्ठावरील प्राकृतिक उठाव, स्थाने, देश व त्यांच्या सीमा या संदर्भातील ज्ञान असे मानले जात असे. नंतरच्या काळात व्यापार व वाहतूक यामुळे भौगोलिक ज्ञानात भर पडली. ज्यू धर्मियांच्या 'ओब्ड टेस्टामेंट' ग्रंथात इस्राईल व शेजारच्या देशांबद्दल विपुल माहिती उपलब्ध आहे. नंतरच्या, कोनिशियन, ग्रीक, रोम, भारतीय, अरब संस्कृतीच्या काळात भूगोलशास्त्राचा विकास मोठ्या प्रमाणावर झाला. भूगोलातील बहुतेक सर्व मूलभूत संकल्पना याच काळात मांडण्यात आल्या.

मध्ययुगीन काळात इतर शास्त्रांप्रमाणे याही शास्त्राचा विकास थांबला. टॉलिमीच्या पृथ्वीकेंद्री कल्पनेला पोपने पाठिंबा दिल्याने वैज्ञानिक सत्य समाजापुढे येण्यास आणखी काही काळ जावा लागला, शोध युगात यामध्ये आणखी भर पडली; त्याहून आधुनिक भूगोलशास्त्राची भर पडत गेली. कोलंबस, मॅगेबन, वास्को-दी-गामा, कॅप्टन कूक यांनी भूपृष्ठाचा अज्ञात भाग शोधला, नवीन जलमार्ग शोधले, कोपर्निकस केप्लर, न्यूटन, थेलिस, शॅराटोस्थेनिस, हीरॉगेट्स यांनी पृथ्वीच्या वेगवेगळ्या स्थितीचा शोध लावला. अनेकांच्या प्रयत्नातून भूपृष्ठाचे नकाशे उपलब्ध झाले. मानव व पर्यावरण यांच्या परस्परासंबंधाविषयक विचार ॲरिस्टॉटलसारख्यांनी मांडले.

रोमन साम्राज्यात स्ट्रॅबो (इ.स.पू. ६४ ते इ.स.२०) याने प्रदेशविषय विश्वकोशच लिहिला.

अठराव्या शतकातल्या शेवटी भूगोलशास्त्राचे स्वरूप जवळजवळ संपूर्ण बदलले. आधुनिक भूगोलाचा पाया घालण्याचे श्रेय हबेल्ट व कार्लरिट यांना दिले जाते. इ.स. १९०० पर्यंत भूगोलाचा सर्वांगीण विकास जर्मनीमध्ये झाला म्हणून या शास्त्राला जर्मशास्त्र म्हणतात.

२० व्या शतकात युरोपियन, अमेरिकन व आशियातील काही देशांतून भूगोलशास्त्राचा विकास झाला. भूगोलशास्त्राच्या या प्रदीर्घ वाटचालीत त्याचे स्वरूप, व्याप्ती, अभ्यासविषय, अभ्यासपद्धती साधने यात आमूलाग्र बदल घडून आले. द्वैतवाद, निसर्गवाद, संभववाद, अस्तित्ववाद, मार्क्सवाद इत्यादींना या शास्त्रात स्थान मिळाले.

भूगोल शास्त्राच्या या विकासाचे काही महत्त्वाचे कालखंड पडतात. त्यामध्ये प्रामुख्याने -

१. प्राचीन काळातील भौगोलिक विचारप्रणाली
२. मध्ययुगीन काळातील भौगोलिक विचारप्रणाली
३. आधुनिक काळातील भौगोलिक विचारप्रणाली

२.२ पूर्व ऐतिहासिक काळामधील मानवी भूगोल (Human Geography in Prehistorical Period)

प्राचीन काळातील मानवी भूगोलाचा विकास, सिंधू संस्कृतीचा कालखंड (इ.स.पूर्व २६०० ते इ.स.पूर्व १५००). प्राचीन भारतामध्ये भौगोलिक ज्ञानाचा विकास सिंधू नदीच्या खोऱ्यात इ.स.पूर्व सुमारे २६०० वर्षांपासून झालेला होता. भारतामध्ये सिंधू संस्कृतीच्या विकासाने मोठी भर भूगोलामध्ये पडली. मोहेंजोदडो, हडप्पा इत्यादी ठिकाणी जे भग्नाशेष सापडले. त्याच्या उत्खननाच्या आधारे त्याचा मागोवा घेण्यात आलेला आहे. याचा विकास ताम्रयुग आणि कास्य युगात झालेला होता. त्या काळी नागरी वसाहतींमध्ये निवास करणाऱ्या भारतीयांचे भौगोलिक ज्ञान फक्त सिंधू प्रदेशांमधील नद्या आणि मैदानांपर्यंत मर्यादित नव्हते तर त्यांना कृषी आणि हवामानाच्या घनिष्ठ संबंधाशिवाय खनिज आणि खनिज उद्योग तसेच व्यापाराचे चांगले ज्ञान होते. कृषीमध्ये तांदूळ, गहू, कापूस आणि गव्हाचे उत्पादन करीत असत. सुती वस्त्रे बनवित. कास्यापासून विविध प्रकारच्या शिल्पकृतीही निर्माण करीत असत.

वैदिक कालखंड (Vedic Period) (इ.स.पूर्व १५०० ते इ.स.पूर्व १०००) : या काळात वैदिक ग्रथांची रचना झाली. ग्रंथांमधील मताच्या आधारे आर्य लोक शेकडो स्थळांची माहिती सांगत त्यांचे भौगोलिक ज्ञान उच्च स्तराचे होते हे लक्षात येते. विज्ञान, भूगोल, प्राकृतिक भूगोल, आर्थिक भूगोल, सामाजिक भूगोलाचे चांगले ज्ञान होते. वेदांमध्ये ऋग्वेद संपूर्ण जगामध्ये सर्वांत जुना ग्रंथ आहे. वैदिक काळात, आर्यांच्या भूगोलाच्या ज्ञानासंबधी वेदांमधील अनेक संबंधाच्या आधारे त्याचा परिचय होतो.

अथर्ववेदाच्या पृथ्वीसक्तामध्ये भारताची सर्वप्रथम भूगोलाची माहिती होती. त्यांनी भूगोलास विधिवत लयबद्ध विज्ञानरूपात मांडलेले आहे. त्यामध्ये भूरूपशास्त्र, वनस्पती,

हवामानशास्त्र, प्राणीवर्ग, कृषी, खनिज, उद्योग, मानवी वसाहती, सामाजिक प्रथा इत्यादींचे वर्णन केलेले आहे.

रामायण आणि महाभारत काळ (Ramayana and Mahabharata Period) (इ.स.पूर्व १००० ते इ.स.पूर्व ६००) : या काळात भारतीयांचे भौगोलिक ज्ञान सखोल असल्याचे जाणवते. रामायणामध्ये स्कंध ४ था अध्याय ४० व ४१ मध्ये भौगोलिक वर्णन पहावयास मिळते तर महाभारतामध्ये खंडाचे नाव भूमीपर्व आहे. यावरून त्या काळातील भौगोलिक ज्ञानाचे महत्त्व लक्षात येते.

बौद्ध ग्रंथ आणि जैन ग्रंथ (Buddha and Jain Literature) (इ.स.पूर्व ६०० ते इ.स.पूर्व २००) : गौतम बुद्ध आणि महावीर यांच्या जीवन काळात इ.स.पूर्व ६०० पासून ग्रंथाच्या रचनेस प्रारंभ झाला आणि त्यानंतरही ग्रंथरचना चालू होत्या. बौद्ध ग्रंथामध्ये भूगोलाचे ग्रंथ लोकाख्यान आणि महासागरीय विज्ञानाचे ग्रंथ समूहाख्यान यांच्या अंतर्गत आढळतात. यामधील प्रमुख ग्रंथ लोकप्रसाप्रति आहे.

पौराणिक काल (Ancient Period) (इ. स. पूर्व १००० इ. स. पूर्व ३०० व इ. स. २०० – इ. स. ८००) : पुराणाच्या रचनेचे दोन कालखंड पडतात. एक प्राचीन पुराण जो उत्तर वैदिक काळामध्ये रचनेस प्रारंभ इ.स.पूर्व ३०० पर्यंत रचना करण्यात आला. प्राचीन पुराण वेदांगाच्या समकक्ष मानले जाते; तर नवीन पुराण इ. स. २०० ते इ. स. ८०० व्या शतकापर्यंत लिहिले गेले.

ग्रीक भूगोल विचारवंतांचा सहभाग (Contribution of the Greek Geographers)

ग्रीक लोकांची भौगोलिक विचारप्रणाली : प्राचीन काळी भूगोलशास्त्रीय विचार हा संकल्पनांचे जनक म्हणून ग्रीकांकडे पाहिले जाते. ग्रीकांना ज्ञानाच्या विविध क्षेत्राचे संस्थापक मानले जाते. त्यांनी इजिप्शियन, असिरियन, खालशियन, फिनिशियन व बाबिलोनियन संस्कृतीमधून विस्तृत ज्ञान व संकल्पना यांचा स्वीकार केला होता. ग्रीक पूर्वकाळात भौगोलिक ज्ञान अस्पष्ट, ढोबळ तसेच सांगोवांगी माहितीवर आधारित होते. ग्रीकांनी वैज्ञानिक विचारसरणीचा अवलंब केला. त्यांनी ज्ञानाला तत्त्वज्ञानाची व चिंतनाची बैठक प्राप्त करून दिली. ग्रीकांत अष्टपैलू बुद्धिमत्ता होती. तसे सुस्पष्ट व व्यापक विचार करण्याची क्षमता होती. जिज्ञासा व चौकस वृत्तीमुळे त्यांनी अचूक निरीक्षणे करून योग्य मांडणी केली व त्याआधारे काही भौगोलिक निष्कर्ष काढले.

ग्रीकांचे भौगोलिक योगदान : भौगोलिक ज्ञानामध्ये महत्त्वपूर्ण भर घालून विविध भौगोलिक संकल्पना स्पष्ट करण्याचे कार्य ग्रीक विचारवंतांनी केले. या सर्वांनी

स्वतंत्र अशी 'भौगोलिक विचारप्रणाली' निर्माण केली. ग्रीक संस्कृतीने जगाला अनेक तत्त्वज्ञ व विचारवंत दिले. त्यांनी अनेक क्षेत्रांत मोलाची कामगिरी केली; म्हणून या काळाला 'सुवर्ण युग' (Golden Age of Greece) संबोधतात.

पुढील ग्रीक भूगोलकारांचे महत्वाचे योगदान आहे - १) महाकवी होमर, २) थेल्स, ३) ॲनॅक्सिमॅंडर, ४) हेकॅटियस, ५) हेरोडोट्स, ६) प्लेटो, ७) ॲरिस्टॉटल, ८) थियोफ्रेस्ट्रस, ९) इरॅटोस्थेनिस, १०) पॉलिबियस, ११) हिप्पोक्रॅट्स, १२) हिप्पारचुस, १३) पोसिडोनियस

१. **महाकवी होमर (Homer)** (इ.स.पूर्व १२८० ते ११८०) : होमर हा प्रसिद्ध ग्रीक महाकवी होता त्यांनी 'इलियड' (Illiad) व 'ओडिसी' (Odysey) ही महाकाव्ये लिहिली.

होमरच्या मते, पृथ्वीचा आकार गोल आहे व तिला सर्व बाजूंनी सागराने वेढले आहे. आकाश हा घनस्वरूपाचा अंतर्वक्र पृष्ठभाग आहे. तो पृथ्वीएवढ्या क्षेत्राचा असून उंचखांबावर छताप्रमाणे तोलला आहे.

होमरने वाऱ्याचे वर्गीकरण केले आहे.

- बोरेस (Bores) उत्तरेकडून येणारा थंडगार वारा.
- यूरस (Eurus) पूर्वेकडून येणारा उबदार वारा.
- नोटस (Notus) दक्षिणेकडून येणारा आर्द्र वारा.
- जैफिरस (Zephyrus) पश्चिमेकडून जोरदार येणारा वारा.

२. **थेल्स (Thales)** (इ.स.पूर्व ७ वे शतक) : थेल्स हा एक महान विचारवंत तत्त्वज्ञ व प्रवासी होता. थेल्स यांचे गणिती भूगोलात महत्त्वाचे योगदान आहे. पृथ्वीचे मोजमाप करणारा तो पहिला भूगोलतज्ज्ञ होय. थेल्सच्या मते, पृथ्वी तबकडीसारखी असून ती पाण्यावर तरंगते. विश्वाची उत्पत्ती, नक्षत्र यावर त्यांचा अभ्यास होता. इ.स.पूर्व २८ मे ५८५ रोजी झालेल्या सूर्यग्रहणाची कल्पना त्याने बरीच अगोदर दिली होती.

३. **ॲनॅक्सिमॅंडर (Anaximader)** (इ.स.पू.७ वे शतक) : ॲनॅक्सिमॅंडर हा थेल्सचा शिष्य होता. नोमोन (xhomon) हे दिशादर्शवण्याच्या उपकरणासाठी तो ओळखला जातो; या उपकरणाविषयी त्यांनी म्हटले आहे, हे उपकरण म्हणजे उभा खांब असून त्यांच्या पडणाऱ्या सावलीच्या आधारे सूर्याचे स्थान निश्चित केले जात असे. मध्यान्ही या खांबाची सावली सर्वांत लहान पडत असे. त्यावरून उत्तर-दक्षिण दिशा निश्चित केली जात असत. सर्वांत प्रथम जगाचा नकाशा ॲनॅक्सिमॅंडर यांनी तयार केला. त्यात ग्रीस मध्यभागी असून, नकाशा गोलाकार सर्व बाजूंनी वेढलेला आहे. ॲनॅक्सिमॅंडर यांना गणिती भूगोलाचा जनक म्हणतात.

४. **हेकॅटियस (Hecateus)** (इ.स.पूर्व ४८५ ते इ.स.पू.४२५) : भूगोलाचा जनक म्हणून संबोधले जाते. त्याने ग्रीकांना ज्ञात असलेल्या जगाची माहिती त्याने त्याच्या पृथ्वीचे वर्णन (Geoperiodous) या ग्रंथात दिली. अनेक भागांचा प्रवास केला. जगाचे सर्वसाधारण सर्वेक्षण करणारा ग्रीक भूगोलतज्ज्ञ म्हणून त्याची ओळख आहे.

मिलेट्स शहरामध्ये राहत असल्यामुळे ती मोठी बाजारपेठ असल्याने त्याने बरीच माहिती गोळा केली.

५. **हेरोडोट्स (Herodotus)** (इ.स. ४८५ ते इ.स.पू.४२५) : इतिहासाचे जनक म्हणून त्यांच्या नावाचा उल्लेख केला जातो; तरी त्यांना भूगोलाचे आद्य संस्थापक म्हणून ओळखले जाते. हेरोडोट्सच्या मते, सर्व इतिहास भौगोलिकदृष्ट्या आणि सर्व भूगोल ऐतिहासिकदृष्ट्या अभ्यास केला पाहिजे.

प्रवासाची आवड होती. आशिया मायनर, ग्री, काळासमुद्र, किनारी प्रदेश या भागामध्ये प्रवास केला. त्या वेळी ते सांगतात की, आशिया, आफ्रिका खंडाचे विभाजन तांबड्या समुद्रामुळे झाले आहे, नाईल नदीमुळे त्रिभूज प्रदेशांची निर्मिती झाली आहे.

हेरोडॉटसने जगाची विभागणी तीन खंडात केली युरोप, आफ्रिका व आशिया. आशिया खंडाविषयीचे त्याचे ज्ञान तुर्कस्थानापासून सिंधू खोऱ्यापर्यंत मर्यादित होते. आफ्रिका खंडाविषयी त्याचे ज्ञान सखोल होते त्याने आफ्रिका खंडाचे तीन भाग केले – १) भूमध्य सागरी किनारा, २) अॅटलास पर्वतापासून नाईलपर्यंत ३) सहारा वाळवंटाच्या दक्षिणेकडील भाग.

अलेक्झांडर दि ग्रेट (Alexander the great) : ॲरिस्टॉटलचा शिष्य होता. इ.स.पूर्व ४ थ्या शतकात हा होऊन गेला. वयाच्या २० व्या वर्षी तो मेसोडोनियाचा राजा बनला. कोणताही सिद्धांत हा निरीक्षण व प्रयोग यांनी सिद्ध केला पाहिजे असे त्याचे मत होते. त्याने अत्यंत शूर व शिस्तबद्ध सैन्य उभारले व त्याद्वारे युरोप, आशिया व आफ्रिकेच्या विस्तृत भागावर ग्रीक साम्राज्य प्रस्थापित केले. राज्यविस्तारांबरोबरच प्रदेशांची माहिती मिळवणे हे त्यांच्या मोहिमांचे उद्दिष्ट होते. पूर्वेकडे हिंदुकुश ओलांडून त्याने खैबर खिंडीतून सिंधूनदी पार केली व पंजाबात प्रवेश केला, त्याला आणखी पूर्वेकडे जाण्याची इच्छा होती. परंतु त्याच्या सैन्याने बंड केल्याने तो माघारी फिरला. अलेक्झांडरने ऐतिहासिक भूगोल व प्रादेशिक भूगोल या क्षेत्रात महत्त्वपूर्ण योगदान दिले.

६. **प्लेटो (Plato)** (इ.स.पू.४२८ ते स.पू.३४८) : विश्वाची निर्मिती ही पूर्णव्याने झाली आहे. परंतु आता पूर्णव्यापासून त्याच्या ऱ्हासाची प्रक्रिया सुरू झाली. प्लेटोच्या मते, हे पहिले तत्त्वज्ञ आहेत की, ज्यांनी पृथ्वीच्या गोलाकारांची संकल्पना मांडली. विश्वाच्या मध्यभागी पृथ्वी आहे व त्याच्या सभोवती खगोलीय गोल प्रदक्षिणा घालतात.

७. **ॲरिस्टॉटल (Aristotle)** (इ.स.पू.३६४ ते इ.स.पू. ३१२) अरिस्टॉटल तत्त्वेत्ते होते. प्रवासक म्हणून त्यांना ओळखले जाते. भूगोलाची आवड होती.

ज्यांच्या वातावरण विज्ञानिका (Meterologia) ग्रंथात 'विश्वरचनाशास्त्र' (Cosmology) आणि नैसर्गिक तत्त्वज्ञानाचा (Natural Philosophy) समावेश होतो.

चंद्रग्रहणाच्यावेळी पृथ्वीची चंद्रावर पडणारी गोलाकार सावली, यावरून पृथ्वीचा गोलाकाराचा सिद्धान्त ग्राह्य धरण्याचा प्रयत्न केला. त्याच्या मते, पृथ्वी ही स्थिर असून तिचे स्थान विश्वाच्या मध्यभागी आहे. पृथ्वीच्या सभोवताली तारे प्रदक्षिणा घालतात.

- ॲरिस्टॉटल यांनी तापमानाच्या फरकाच्या आधारे पृथ्वीचे हवामान विभाग पाडले.
- पृथ्वीवरील अतिउष्ण व अतिथंड विभाग मानवी वसाहतीसाठी योग्य नाहीत.

८. **थियोफ्रेस्ट्स (Theophrastus)** (इ.स.३७७ ते इ.स.पूर्व २८९) : हे ॲरिस्टॉटलचे शिष्य होते. भूगोलाच्या विकासात थियोफ्रेस्ट्स यांचा फार मोठा सहभाग आहे. त्यांचे आवडते क्षेत्र वातावरण विज्ञान होते. त्यांनी अनेक प्रकारच्या वंश आणि मृदेचा अभ्यास केला.

थियोफ्रेस्ट्स यांनी वनस्पती व हवामानाच्या संबंधाचे निरीक्षण करून मेसोनियाच्या मैदानातील आणि क्रीन बेटावरील वनस्पती भूगोल शाखा सुरू केली.

आज देखील थियोफ्रेस्ट्स यांच्या वनस्पतीशास्त्राच्या कार्याचा उल्लेख केलेला आहे. त्यांना पहिले वनस्पती भूगोलकार संबोधले जाते.

९. **इरॅटोस्थेनिस (Eratosthenes)** (इ.स.पूर्व २७६ ते इ.स.पूर्व १९४) : तिसऱ्या शतकात होऊन गेलेला हा भूगोलतज्ज्ञ; अलेक्झांडर यांच्या ग्रंथालयात ग्रंथपाल म्हणून काम करीत होते. त्यांनी अनेक ग्रंथ लिहिले.

भूगोलाचा शास्त्रीय अभ्यास करण्यास त्यांनी सुरुवात केली. पृथ्वीच्या विषुववृत्ताची (परिघाची) मोजणी त्यांनी केली. खगोलशास्त्राविषयी त्यांना बरेच ज्ञान होते, तेही भौगोलिक विचारांचे. इरॅटोस्थेनिस यांनी जगाचा नकाशा शास्त्रशुद्ध पद्धतीने तयार केला. भूगोलशास्त्राला त्यांनी सुसंबद्ध विज्ञानाचे स्वरूप प्राप्त करून दिले. पृथ्वी गोलाकार असून ती विश्वाच्या केंद्रस्थानी असून सर्व ग्रह गोल पृथ्वीभोवती फिरतात.

त्यांच्या मते, सूर्य व चंद्र यांना स्वतःची गती आहे. पृथ्वीपासून सूर्य व चंद्र यांच्या अंतराचे मापन केले परंतु ते अचूक नाही. त्यांनी पृथ्वीवरील अनेक स्थळांचे अक्षांश व रेखांश निश्चित केले. त्यांच्या मते, जगाचा पूर्व-पश्चिम विस्तार, उत्तर-दक्षिण विस्तारापेक्षा जास्त आहे, हे त्याने गणिताच्या साहाय्याने स्पष्ट केले.

पृथ्वीवरील पाच कटिबंधांची (एक उष्ण, दोन समशितोष्ण) माहिती, श्रीलंकेचे स्थान, तांबड्या समुद्राचे स्थान, नाईल नदीची माहिती, त्यांनी आपल्या ग्रंथात दिली

आहे. इरॅटोस्थेनिसने पृथ्वीच्या परिघाचे (विषुववृत्तीय) वैज्ञानिक व भूमिती पद्धतीने अचूक मापन केले. त्यांनी त्यासाठी अलेक्झांड्रीया व आस्वान येथील सूर्यकिरणांचे भूपृष्ठाशी होणारे कोन मोजले. २१ जून या दिवशी इजिप्तमधील नाईल नदीवर असलेल्या २३० उत्तर (अक्षवृत्तावर) आस्वान या गावी दुपारी सूर्य हा अगदी डोक्यावर असून सूर्यकिरणे लंबरूप पडताना दिसून आली. त्याच दिवशी आस्वानच्या उत्तरेस असलेल्या अलेक्झांड्रीया येथे दुपारी सूर्यकिरणांनी लंबस्थितीपासून एक/पन्नाशांस (१/५०)° म्हणजे ७१२ अंश चा कोन केलेला त्यास आढळले.

अलेक्झांड्रीया हे आस्वानच्या उत्तरेस ५०० मैल (८०५ किमी.) आहे. त्याला ५० ने गुणून पृथ्वीचा परिघ २५,००० (४०,२३० किमी.) मैल असल्याचे त्याने दाखवून दिले. प्रत्यक्षात पृथ्वीचा परीघ ४०,०१० किमी. आहे यावरून इरॅटोस्थेनिसने योजलेला परीघ किती अचूक होता, हे स्पष्ट होते. इरॅटोस्थेनिसने पृथ्वीच्या वर्णनासाठी **'जिऑग्राफी'** हा शब्द रूढ केला.

१०. पॉलिबियस (Polybius) (इ.स.पूर्व २१० ते इ.स.पूर्व १२८) : पॉलिबियस प्राकृतिक भूगोलकार होते. यांनी नदीद्वारे होणारे प्रसरण, नदीचे पूर आणि निक्षेपणाद्वारा त्रिभूज प्रदेशातील निर्मितीचे वर्णन, म्हणजेच नदीच्या कार्याविषयी सखोल ज्ञान होते.

११. हिप्पोक्रॅट्स (Hippocrates) (इ.स. पूर्व ४६० ते इ.स.पूर्व ३७६) : हिप्पोक्रॅट्स यांची हवा, पाणी आणि ठिकाणे इ. प्रकारची पुस्तके होती. लोकांमधील प्राकृतिक आणि बौद्धिक पातळीमधील फरक हवामान दर्शविते.

जगामधील पहिले वैद्यकीय कार्य कदाचित हिप्पोक्रॅट्स यांनी केले.

१२. हिप्पारचुस (Hipparchus) (इ.स.पूर्व १५०) : इरॅटोस्थेनिसच्या मृत्यूनंतर हिप्पारचुसची अलेक्झांड्रीया ग्रंथालयात ग्रंथपाल म्हणून नियुक्ती झाली. त्यांनी शास्त्रीय पद्धतीने नकाशाशास्त्राचा अभ्यास केला.

अक्षवृत्ताच्या साहाय्याने त्याने जगाची अक्षवृत्तीय पट्ट्यांत विभागणी केली. त्यांनी विषुववृत्त हे बृहदवृत्त आहे हे सिद्ध केले. एका तासात पृथ्वीवरील १५ रेखावृत्ते मोजण्यासाठी Astrolab हे उपकरण तयार केले. नकाशासाठी त्रिमिती भूपृष्ठ, द्विमिती सपाट पृष्ठभागावर दाखविण्यासाठी त्याने दोन नकाशा प्रक्षेपणे १) आर्थिग्राफिक व २) सिटीओग्राफिक तयार केले.

१३. पोसिडोनियस (Posidonius) (इ.स.पूर्व १३५ ते इ.स.पू.५०) : पोसिडोनियस यांच्या मापनानुसार टॉलेमी यांनी आपला नकाशा निर्माण केला त्यामुळे टॉलेमी यांच्या नकाशात दोष राहून पृथ्वीचा आकार लहान झाला. कोलंबस यांनी भारताच्या शोधाला टॉलेमी यांच्या नकाशाचा वापर केला आणि त्याला असे वाटले की आपण

पश्चिमेकडे गेल्यास भारताकडे लवकर पोहोचू यामुळे कोलंबस यांना अमेरिकेचा शोध लावला.

पोसिडोनियस यांनी असे गृहीत धरले की, उष्ण कटिबंधाच्या जवळच्या समशितोष्ण विभागाजवळ जास्त तापमान आणि शुष्क वाळवंटी प्रदेश आहे.

रोमन भूगोलकारांचा सहभाग (Contribution of the Roman Geographers)

ग्रीक साम्राज्याच्या अस्ताबरोबर रोमन युगांची सुरु वात झाली. युरोप आणि आशियातील विस्तृत भागावर आक्रमण करून रोमन यांनी आपली सत्ता मध्य आशिया, ब्रिटन, फ्रान्स, मध्य युरोप, आशिया, मायनर, अल्बानिया येथे प्रस्थापित केली. या कालावधीत ऐतिहासिक व प्रादेशिक भूगोलाची विशेष वाढ झाली. रोमनांनी भौगोलिक ज्ञानाच्या विकासात फार मोठ्या प्रमाणात योगदान दिले.

पॉलिबियस व पोसिडोनियस यांनी प्राकृतिक भूगोलाच्या क्षेत्रात भरीव कार्य केले तर स्ट्रॅबोने जगाच्या प्रादेशिक व ऐतिहासिक भूगोलाचे संकलन केले. बहुतेक प्राचीन भूगोल तज्ज्ञांची ग्रंथसंपदा नष्ट झाली. परंतु स्ट्रॅबोचा ग्रंथ 'जिऑग्राफी' मात्र टिकून राहिला. जिऑग्राफी हे भौगोलिक ज्ञानाचे भांडार आहे.

स्ट्रॅबो (Strabo) (इ.स.पूर्व ६४ ते इ.स.३६) : रोमन भूगोलकारात सर्वांत महत्त्वाचे स्थान स्ट्रॅबो यांना दिले जाते. तुर्कस्थानातील काळ्या समुद्रावरील अमेशिया येथे स्ट्रॅबोचा जन्म इ.स.पूर्व ६४ मध्ये झाला. त्या काळातील स्ट्रॅबो हा एक प्रसिद्ध बुद्धिमान विचारवंत होता.

स्ट्रॅबोबद्दल प्रसिद्ध भूगोलकार तज्ज्ञ हम्बोल्ट यांनी म्हटले आहे की, स्ट्रॅबोच्या सर्वच भूगोलशास्त्रीय लिखाणात विपुलता व विविधता होती. त्याने युरोपातील विस्तृत प्रवेशाचा प्रवास केला. रोमला काही काळ वास्तव्य केले. नाईल व तिच्या उपनद्यांतून प्रवास केला. भौगोलिक तज्ज्ञांचे संकलन केले.

स्ट्रॅबोने पूर्वीच्या विचारवंतांच्या लेखनावर प्रकाश टाकणारे ४३ खंड लिहिले त्यांना 'भौगोलिक विश्वकोश' म्हणतात. या १७ खंडात त्याने गणिती भूगोल, प्राकृतिक भूगोल, राजकीय भूगोल व ऐतिहासिक भूगोल या भूगोलाच्या शास्त्रांसंबंधीचे लिखाण केले. स्ट्रॅबोच्या १७ भूगोल ग्रंथापैकी २ ग्रंथ या विषयाच्या प्रस्तावनेसाठी आहेत. हे ग्रंथ लिहिण्यामागील प्रेरणा, उपदेश, तत्कालीन जग व त्यातील खंडांचे वितरण दिलेले आहे. तिसऱ्या खंडात त्याने इरॅटोस्थेनिसच्या कार्याचे प्रशिक्षण केले आहे. नंतरच्या खंडात युरोप, फ्रान्स, ब्रिटन व आल्प्स, इटली, सिसिली, ग्रीस शेजारची राष्ट्रे यांची माहिती दिली आहे. शेवटच्या तीन खंडात पार्शिया, भारत व आफ्रिकेच्या भूगोलाचे वर्णन आहे. त्याच्या ग्रंथांवरून असे दिसून येते की, त्याला भूगोलाच्या ज्ञात सर्व शास्त्रांची

माहिती होती. सर्व शाखांचे लेखन करून भूगोलाचे अद्वैत स्वरूप त्याने स्पष्ट केले.

टॉलेमी (Ptolemy) : टॉलेमी हा इजिप्तचा रहिवासी होता. इ.स.च्या दुसऱ्या शतकात घेऊन गेलेल्या या भूगोल तज्ज्ञाच्या मतांचा प्रभाव मध्ययुगीन कालखंडातही दिसून येतो. टॉलेमीचे वास्तव्य अलेक्झांड्रीया येथे होते.

टॉलेमीने गणिती भूगोलाची तत्त्वे निश्चित केली, त्याने पृथ्वी गोलाकार व विश्वाच्या केंद्रभागी आहे. या तत्त्वाचा पाठपुरावा केला. टॉलेमीने एकूण आठ ग्रंथ लिहिले. सर्व ग्रंथात खगोलशास्त्र व अक्षांश, रेखांशाची माहिती आहे. टॉलेमीचे 'अल्मागास्त' व 'द आऊट लाईन ऑफ जिऑग्राफी' हे दोन ग्रंथ विशेष प्रसिद्ध आहेत.

नक्षत्रांचे उदय आणि अस्त ऋतू इत्यादींबाबत एक पंचाग तयार केले. टॉलेमीच्या आठव्या ग्रंथात नकाशाशास्त्र सिद्धान्ताचे विवेचन केलेले आहे. टॉलेमीने अल्मागस्त या ग्रंथात गणिती भूगोल व खगोलशास्त्राची माहिती दिली. आऊट लाईन ऑफ जिओग्राफीमध्ये स्थल, निर्दिश, अक्षांश-रेखांश यांचे विवेचन आहे. टॉलेमीने नकाशा काढण्यासाठी प्रक्षेपणे विकसित केली. त्याने विषुववृत्त व अन्य अक्षवृत्ते दाखवण्यासाठी परस्परांना समांतर वक्र रेषा काढल्या. रेखावृत्त समांतर, सरळ रेषांनी दाखवली; ही रेखावृत्ते नकाशाबाहेरील एका बिंदूत परस्परांना मिळणारी होती. टॉलेमीने जगाचा नकाशा तयार केला. टॉलेमीने जगाचा नकाशा तयार करण्यासाठी शंक्वाकृती प्रक्षेपणाचा वापर केला. जिओग्राफिया या ग्रंथात जगाचा एक नकाशा असून इतर २६ नकाशे आहेत. टॉलेमीच्या जगाच्या नकाशात खंडे व इतर भूभाग मोठे व समुद्र लहान दाखविले होते.

२.३ मध्ययुगीन काळामधील मानवी भूगोल (Human Geography in Medieval Period)

रोम साम्राज्याच्या अस्ताबरोबर युरोपमध्ये विज्ञान, साहित्य व शोधक्षेत्रात पिछेहाट सुरू झाली. इ.स.च्या तिसऱ्या शतकापासून सतराव्या शतकापर्यंतच्या काळास 'मध्ययुगीन कालखंड' म्हणता येईल. १) पूर्व मध्यमयुगीन कालखंड (इ.स.३०० ते १२००), २) उत्तर मध्यमयुगीन कालखंड (इ.स.१२५० ते १७००)

१. पूर्व मध्यमयुगीन कालखंड : या कालखंडालाच अंधःकार युग (Dark Age) असे म्हणतात; कारण या काळात म्हणजे तिसऱ्या शतकांपासून बाराव्या शतकापर्यंतच्या काळात भौगोलिक ज्ञान क्षेत्रात कोणतीच उल्लेखनीय प्रगती झाली नाही. युरोपमधील फ्रान्स, स्पेन यासारखे देश रोमन साम्राज्याच्या अस्ताबरोबर, असंस्कृत, रानटी टोळ्यांच्या ताब्यात गेले. मध्यपूर्व व अतीपूर्वेकडील आशियात अरब, पार्शियन राजवटी सुरू झाल्या.

या कालावधीत बायबलच्या व ख्रिश्चन धर्मगुरू पोपच्या विचारसरणीचा प्रभाव भूगोलावर पडला. त्यामुळे लोकांत अंधश्रद्धा पसरल्या.

अंधकार युगातील विचारवंत

१. सोबीनस (Sobinous) : इ.स. २५० च्या सुमारास घेऊन गेलेल्या या भूगोल शास्त्रज्ञाने जगाचा सर्वसामान्य भूगोल लिहिला. त्यांच्या ग्रंथाचे नाव अद्भूत माहितीचे संकलन असे होते.

२. पॉम्पेनियस मेला (Pompenious Mela) : इ.स.३३५ – ९१ या काळातील हा प्रसिद्ध भूगोल व इतिहास श्रेय त्याने इतिहास व संरक्षण क्षेत्रात भूगोलाचे महत्त्व वर्णन केले आहे.

३. कॉसमॉस ऑफ अलेक्झांड्रीया (Cosmos of Alexanderia) : याने इ.स. ५५० मध्ये लिहिलेल्या 'ख्रिश्चन थेपाग्राफी' या ग्रंथात पूर्वेच्या सर्व शास्त्रीय संकल्पना नाकारून पृथ्वी सपाट असून सर्व बाजूंनी भिंतींनी बंदिस्त आहे, असे मत मांडले.

अरबांचे भूगोलाच्या विषयातील योगदान : अरबांनी प्राचीन काळातील संस्कृत, ग्रीक, रोमन ग्रंथाचा अरबी भाषेत अनुवाद करून भौगोलिक ज्ञान जतन केले, या व्यतिरिक्त कृषि संशोधन करून भौगोलिक ज्ञानात भर घातली. खगोलशास्त्राविषयी माहिती लिहिली त्यामध्ये विविध उपकरणांच्या साहाय्याने नक्षत्रांची गती, चंद्रग्रहण, सूर्यग्रहणाची परिस्थिती, पृथ्वीचे ऋतुकाळ राशी वर्णनाचे निरीक्षण केले. त्यांनी सात स्वर्ग असून पृथ्वीजवळचा स्वर्ग हिरव्या रंगाचा आहे, असे विचार मांडले.

प्रमुख अरब भूगोलशास्त्रज्ञ : इब्न, हैडल, अल-मसुदी, अल, बिरूनी, अल इद्रिसी, इब्न बूतला व इब्न खलदून

१. इब्न हैकल (Ibn Hawqual) : मूळ नाव महमद अब्दुल कासीम होते. तो बगदादचा रहिवासी होता. त्याने इस्लामी जगाचा पायी प्रवास करून तेथील प्राकृतिक वैशिष्ट्ये व लोकजीवन यांची माहिती ग्रंथबद्ध केली. त्यांच्या ग्रंथाचे नाव 'बुक ऑफ रूट्स' असे होते. युरोप खंड व विविध सागरांची माहिती त्याने आपल्या ग्रंथात सविस्तर दिली आहे.

२. अल–मसुदी (Al-Masudi) : अल-मसुदी केवळ भूगोलतज्ज्ञ नव्हे तर इतिहासकार होते. प्रवासी होते, त्यांनी आशिया, आफ्रिका व युरोपचा भूकंप, खगोलशास्त्र, इस्लाम कायदे यांचा अभ्यास केला.

अल-मसुदी ग्रंथसंपदा पुढीलप्रमाणे आहे - १) किताब-मुराज-अल-दघट, २) किताब अल-अश्रफ, ३) किताब – अखबार – अल जमाम, ४) किताब अल औरस

३. अल–बिरूनी (Al-Biruni) : इ.स. ११ व्या शतकांत हे होऊन गेले. या शतकावर त्यांचे कार्य व विचार यांचा खोल ठसा उमटला त्यामुळे या कालखंडाला 'अल-बिरूनी युग' असेच म्हणतात.

अल-बिरूनीचे नाव अबू रेहान महंमद असे होते. त्यांचा जन्म उझबेकीस्तानात येथे झाला. बिरूनी या पर्शियन शब्दाचा अर्थ परदेशी असा होतो. ते गणित, साहित्य, वैद्यकशास्त्र, तत्त्वज्ञान व अनेक भाषांचे जाणकार पंडित होते. त्यांनी 'किताब अल हिंद' हा भारताविषयीचा पहिला ग्रंथ लिहिला. त्यांनी भारतीय धर्मग्रंथ व पातंजलीच्या ग्रंथाचे अध्ययन केले होते.

अल-बिरूनीची ग्रंथसंपदा - १) किताब अल हिंद, २) तारीख अल हिंद, ३) अल कायूम अल मसुदी, ४) किताब अल जमकिर, ५) किताब अल सैयदना.

४. **अल इद्रिसी (Al-Idrisi)** : हे भूगोलतज्ज्ञ १२ व्या शतकात होऊन गेले. ते खलिफा इंद्रिसी यांच्या कुटुंबातील असावे. त्यांनी युरोपचा प्रवास करून अनेक निरीक्षणे केली.

ग्रंथ - जगाचा प्रवास करू इच्छिणाऱ्यांसाठी 'मनोरंजन' या नावाचा ग्रंथ लिहिला. त्यांचा जगाचा नकाशा प्रसिद्ध असून त्यात त्याने विविध भौगोलिक घटकांचे वितरण दिलेले आहे. आयताकार नकाशा प्रक्षेपणावर आधारित असलेल्या या नकाशात आशियाच्या विस्तृत भागाची माहिती दिली आहे.

५. **इब्न बतूता (Ibn-Batuta)** : चौदाव्या शतकात हा प्रसिद्ध प्रवासी होऊन गेला. तो वंशाने निग्रो होता. त्याने आपले शिक्षण सिरीया, इजिप्त, हेझा येथे पूर्ण केले. त्याने मक्का, इजिप्त, सिरीया-इराक, पर्शिया, अरबस्तान, इस्तंबूल, भारत, चीन, श्रीलंका, मालद्वीप, सुमाला, स्पेन, ओमान येमेन, इथोपिया, स्पेन, सहारा वाळवंटातून नायजेरा नदीपर्यंत प्रवास केला. आपल्या आयुष्यातील २८ वर्षे त्याने प्रवास केला.

६. **इब्न खाल्दून (Ibn-Khaldun)** : अरबी भूगोलतज्ज्ञातील हा शेवटचा तज्ज्ञ मानला जातो. त्याने 'मुकादिमाह' हा ग्रंथ लिहिला. खालदुन हा इतिहासकार व भूगोलतज्ज्ञ होता. ग्रंथ 'माकदिमाव' या ग्रंथांत त्याने मानवी जीवनाच्या विविध अंगाचा सविस्तर विचार मांडला आहे.

ग्रंथाचे भाग - १) संस्कृती भूगोल, २) भटके जीवन व संस्कृती, ३) राज्ये व राजघराणी, ४) ग्रामीण व नागरी जीवनपद्धती, ५) मानवी व्यवसाय, ६) विज्ञानाचे वर्गीकरण.

२. **उत्तर मध्ययमयुगीन कालखंड :** अंधकार युग व आधुनिक युगाच्या दरम्यानच्या कालखंडास 'उत्तर मध्ययमयुगीन कालखंड' म्हणतात. विज्ञानाच्या अंधकार युगाशेवटी संशोधन युग (Age of Discovery) सुरू झाले. नवे अज्ञात भूभाग शोधले. या शोधाचा

व संशोधनाचा भूगोलशास्त्रीय संकल्पनांवर परिणाम झाला. अरब विचारवंतांनी भूगोलात मोलाची भर घातली. शोधयुगामुळे विज्ञानाचे पुनरुज्जीवन झाले. या युगाच्या प्रारंभीच इस्लाम साम्राज्याचे तुकडे झाले.

प्रिन्स हेन्री याने अरबांचा पराभव करून जीवसृष्टी सामुद्रधुनी ताब्यात घेतली व सागरी मार्गावर वर्चस्व प्रस्थापित केले. याच काळात चुंबकीय होकायंत्राचा शोध लागला व त्यामुळे सागरी प्रवासात अचूकता आली. जगाचे अज्ञातभाग शोधण्यासाठी मोहीम हाती घेण्यात आल्या.

इन्स्टिट्यूट ऑफ जिऑग्राफी प्रिन्स हेन्री, याने केप सेंट व्हिन्सेंट (पोर्तुगाल) येथे 'इन्स्टिट्यूट ऑफ जिऑग्राफीची' स्थापना केली. ही जगातील पहिली भूगोलशास्त्र संस्था होय. प्रिन्स हेन्री यांनी जगातील विविध भागातील भूगोलतज्ज्ञ, नकाशाशास्त्रज्ञ, खगोलशास्त्रज्ञ व गणिततज्ज्ञांना येथे नियमित केले. हेन्री स्वतः उत्तम नाविक होता. त्याने अज्ञात प्रदेशांच्या शोध मोहिमांना प्रोत्साहन दिले. अनेक धाडसी खलाशांनी नवे भूप्रदेश शोधून काढले; त्यातील महत्त्वाचे संशोधक –

१.   ख्रिस्तोफर कोलंबस (Christopher Columbus) (इ.स.१४५१ ते १५०६) : कोलंबस हा सुप्रसिद्ध इटालियन खलाशी होता. त्याने सन १९४२ मध्ये अमेरिकेचा शोध लावला.

२.   वास्को–दि–गामा (Vasco-d-Gama) (इ.स. १४६० ते १५२४) : याने आपल्या नाविकांच्या साहाय्याने आफ्रिका खंडाच्या दक्षिणेकडील 'केप ऑफ गुडहोप' या टोकास वळवा घालून भारताचा शोध लावला. २८ मे १४९८ रोजी तो भारताच्या पश्चिम किनाऱ्यावरील कोची (कोचीन) बंदरात पोहचला.

३.   मॅगेलॉन (Megelon) (इ.स. १४८० ते १५२१) : मॅगेलॉन हा जन्माने पोर्तुगीज होता. इ.स. १५२० मध्ये कडिनांड-डी मॅगेलॉनने पॅसिफिक महासागरातून पश्चिमेकडे प्रवास करून आशियाच्या पूर्व किनाऱ्यावरील फिलिपाइन्स बेटाचा शोध लावला.

४.   कॅप्टन जेम्स कूक (Captain James Cook) (इ.स.१७२४ ते १७७९) : कॅप्टन जेम्स कूक हा ब्रिटीश खलाशी होता. सन १७५१ ते ६७ या काळात सेंट लॉरेन्स नदी न्यू फाऊंडलँड व लॅब्रोडर किनाऱ्याचे संशोधन करून त्या भागाचे नकाशे तयार केले. त्याने इ.स.१७६८ ते १७७८ या दशकात पॅसिफिक अटलांटिक व हिंदी महासागरातून प्रवास करून अनेक अज्ञात प्रदेशांचा शोध लावला. त्याने ऑस्ट्रेलिया व ईशान्य किनाऱ्यावरील ग्रेट बॅरियर ऑफ अंटार्क्टिका व द. पॅसिफिक मधील बेटाचा शोध घेतला.

२.४ आधुनिक काळामधील मानवी भूगोल (Human Geography in Modern Period)

शोध युगानंतर भूगोलशास्त्राचे क्षितिज वाढू लागले. केवळ प्रदेश व लोकजीवनाच्या वर्णनाचे शास्त्र असे भूगोलशास्त्राचे स्वरूप न राहता ते अधिक्षेत्रीय भिन्नतेचे शास्त्र बनले. भूगोलात वैज्ञानिक पद्धती व क्षेत्रीय अध्ययने यांचे महत्त्व वाढले. तसेच खंडे महासागर व इतर पृथ्वीवरील इतर घटनांमधील बरेच सिद्धान्त मांडण्यात आले.

अलेक्झांडर फॉन हंप्रोन्ट व कार्ल रिटर हे जर्मन भूगोलकार असून त्यांनी आधुनिक भूगोलाचा पाया घातला. जर्मन भूगोलकार फ्रिडरिश राटत्सेल यांनी भूगोलाच्या अभ्यासात मानव हा केंद्रबिंदू मानला. फ्रेंच भूगोलकार व्हिदॉव - द पाल्वास यांनी मानवी भूगोलास स्वतंत्र अस्तित्व मिळवून दिले. व्हिदॉल-द-वाल्वाशा व सीनब्रूइज हे फ्रान्समधील असून मानवी विचारवंत अभ्यासक आहेत.

अठराव्या शतकामधील मानवी भूगोल (Human Geography in Eighteen Century) : अठराव्या शतकात युरोपमधील देशात नैसर्गिक शास्त्राचा विकास होण्यास प्रारंभ झाला. जर्मनी, फ्रान्स, रशिया, इंग्लंड या वैज्ञानिक प्रबोधिनीची स्थापना केली. भूशास्त्र, भौतिकशास्त्र आणि वातावरणशास्त्राच्या अध्ययनास प्रारंभ झाला.

जर्मन भूगोलकाराच्या कार्याचा आढावा - १) बथिंग यांनी लिहिलेला भौगोलिक ग्रंथ पूर्णपणे वर्णनात्मक होता. २) बुआख यांनी पृथ्वीची विभागणी नद्यांच्या खोऱ्यांमध्ये केली. ३) गाटरर यांनी पर्वत, समुद्र, नद्यांची खोरी यांच्या आधारावर प्रदेशांना नावे दिली.

एकोणिसाव्या शतकामधील मानवी भूगोल (Human Geography in Nineteen Century) : १) अलेक्झांडर व्हॉन हम्बोल्ट, २) कार्लरिटर, (३) फ्रिडरिश राटत्सेल

१. अलेक्झांडर व्हॉन हम्बोल्ट (Alexander Von Humboldt) : इ. स. १७६९ ते इ.स.१८५९ रसायनशास्त्र, शरीररचना विज्ञान, शरीरक्रिया विज्ञान, इतिहास व भूगोलाच्या सर्व शाखांमधून सखोल संशोधन केलेले आहे. ती एक बहुअंगी प्रतिभेची व्यक्ती मानली जाते. त्याने विज्ञानाला घटना आणि सूक्ष्म दृष्टी किंवा मनःचक्षू प्रदान केले.

आधुनिक भूगोलाचे तर ते जन्मदातेच होते. हम्बोल्ट यांच्या जीवनातील 'सोनेरी पान' म्हणून कॉसमॉसचा उल्लेख करतात. त्यांच्या मते, नैसर्गिक प्रेरणांचा मानवावर परिणाम, अनुभवजन्य पद्धतीने संशोधनात महत्त्व.

संकल्पना - १) भूपृष्ठ मानवाचे वस्तीस्थान, २) जगाच्या अभिक्षेत्रीय वितरणाचे विज्ञान, ३) सर्वसामान्य भूगोलाचे नाव प्राकृतिक भगोल, ४) भूगोलातील घटनादृश्यांची विषमरूपता, ५) निसर्गाची संलग्नता, ६) तत्त्वज्ञानीय दृष्टिकोन

२. कार्लरिटर (Carl Ritter) : इ. स. १७६९ ते इ.स.१८५९ आधुनिक भूगोलाचे संस्थापक म्हणून हम्बोल्ट यांच्याबरोबर कार्लरिटर मानले जाते. त्यांनी भौगोलिक दृष्टिकोनातून प्रवास केला.

बर्लिन विद्यापीठात रिटर हे भूगोलाचे प्राध्यापक होते. रिटर यांनी आपल्या अध्यापनाद्वारा आणि एडवर्ड ग्रंथमालेच्या प्रकाशनाद्वारा भौगोलिक अध्ययनात इतक्या उंच स्थानावर नेले. त्यामुळे विश्वाचे अनेक विद्वान भूगोलाकडे आकर्षिले गेले. कार्लरिटर यांचा 'एर्डकुण्डे' हा ग्रंथ होता.

त्यांच्या मते, मानवाने एखादा प्रदेश पाहिल्यावर त्याचे फक्त भूपृष्ठाचे वर्णन करावयाचे नाही, तसेच त्याची नैसर्गिक मागणी करायची नाही तर पृथ्वीच्या भूपृष्ठावरील घटनांचे मौलिक कारण समजावून घ्यावयाचे असते. कार्लरिटर हे ईश्वर उद्देशवादी आपत्तीकडे वळले अर्थात तरीही ते आग्रहाने असे म्हणतात, कोणत्याही परिस्थितीत एखाद्या प्रदेशासंबंधी माहिती गोळा करून व सर्वसाधारण आकडेवारी मिळवून अभ्यास पुढे चालू ठेवला.

संकल्पना - अ) भूगोल हे एक अनुभवजन्य शास्त्र आहे. ब) प्रदेशाचे अध्ययन सर्वकर्षाने करणे. क) मानव हा केंद्रबिंदू आहे. ड) रिटर यांची अनन्य भौगोलिक विभागाची संकल्पना स्पष्ट केली. त्यांच्या मते, नैसर्गिक सरहद्दींनी मर्यादित असलेल्या प्रत्येक प्रदेशात उत्पादन, संस्कृती, लोकसंख्या आणि ऐतिहासिकदृष्ट्या यांच्यात एकात्मता आढळते, इ) रिटर यांचा ईश्वर उद्देशवादी दृष्टिकोन.

३. फ्रिडरिश राटत्सेल (Feriedirch Ratzel) : (इ.स.१८४४ ते इ.स १९०४)

भूगोलाच्या अध्ययनात मानवाचे स्थान सुरक्षित राखण्याचे काम राटत्सेल यांनी केले आहे; म्हणून त्यांना मानवी भूगोलाचे जन्मदाते म्हणतात. फ्रिडरिश राटत्सेल यांची मानवी भूगोलास 'ॲन्थरोपोजिऑग्राफी' ही फार मोठी देणगी आहे. भूपृष्ठाच्या तत्त्वाचा किंवा घटनांचा मानवाशी असलेला संबंध सुसंबद्ध पद्धतीद्वारा वर्णिलेला आहे. यांच्या कल्पनांमधील सारखेपणा असणाऱ्या घटनांचा नवीन प्रस्थापित झालेल्या शास्त्रीय पद्धतीनुसार विकास करण्यात आला आहे. राजकीय भूगोलात बहुमोल भर घातली म्हणून त्यांना राजकीय भूगोलाचे जनक म्हणतात. ह्यांनी उत्क्रांतवाद जीवशास्त्र (Evolutionary Biology) यांचे अध्ययन केले होते त्यामुळे जीवशास्त्रीय उत्क्रांतीने प्रेरित झाल्यामुळे राज्य व समाजाचा जैविक किंवा अंगवादी सिद्धान्ताला पुष्टी दिली गेली.

जर्मनीमध्ये सुसंबद्ध भूगोलाचे प्रतिपादन हम्बोल्ट यांनी आणि प्रादेशिक भूगोलाचे प्रतिपादन कार्लरिटर यांनी केले. त्यानंतर अन्य जर्मन भूगोलकारांनी यामध्ये बराच विकास घडवून आणला. कान्ट, हम्बोल्ट, रिटर, रिशथॅफिन, राटत्सेल इत्यादी भूगोलकारांनी

'पर्यावरण-निश्चयवाद' या सिद्धान्तास पुष्टी दिली होती. रिशथॉफेन आणि हेटनर यांनी भूगोल हे 'क्षेत्रिय विज्ञान' आहे, असे समजून घेतलेले होते.

आपण काही जर्मन भगोलकारांचे कार्य पाहणार आहोत -

१. **फ्रोबेल (Frobel)** : जर्मन भूगोलकार फ्रोबेल यांच्या मतानुसार, 'भूगोल हे एक नैसर्गिक विज्ञान आहे की, ज्यामध्ये भूपृष्ठाचे अध्ययन सुसंबद्ध पद्धतीद्वारा केले जाते. अर्थात, प्राकृतिक रचना, हवामान, वनस्पती, प्राणी आणि मानव हे घटक एका-पाठोपाठ घेऊन या सर्वांच्या अंतर्गत विभिन्न कारकांचे पारस्परिक संबंध स्पष्ट करावयास पाहिजेत.' फ्रोबल यांनी भूगोलाच्या अध्ययनात नैसर्गिक अध्ययन आणि मिश्रित अध्ययनास समाविष्ट केलेले नव्हते, तर सुसंबद्ध प्राकृतिक भूगोलाचा अभ्यास तसेच मानववंशशास्त्र समाविष्ट केलेले होते.

२. **रिशथॉफेन (Richthofen)** : १९ व्या शतकाच्या उत्तरार्धामध्ये रिशथॉफेन हे एक प्रसिद्ध प्राकृतिक भूगोलकार असून त्यांनी भूगोलातील मानवी बाजूंवरही लक्ष केंद्रित केलेले होते. रिशथॉफेन यांनी भूगोलास क्षेत्रवर्णनी असे म्हटलेले होते. अर्थात, भूगोलात पृथ्वीच्या भूपृष्ठावरील क्षेत्रीय विविधतेचे दर्शन केले. त्याचा सारांश थोडक्यात असा होता की, 'भूगोलात भूपृष्ठाचे अध्ययन तिच्या भिन्नतेनुसार होते किंवा भूपृष्ठावरील विभिन्न क्षेत्रांचे अध्ययन संपूर्ण लक्षणासहित केले जाते.'

३. **आल्फ्रेड हेटनर (Alfred Hetner)** (१८५९ ते १९४१) : हेटनर यांना विसाव्या शतकामधील एक अग्रगण्य विविधतंत्रज्ञ मानले जाते. भूगोलाच्या ऐतिहासिक विकासामधील दोन संकल्पना मानल्या जातात. एका संकल्पनेत भूगोल हे एक पृथ्वीचे सर्वसामान्य विज्ञान आहे. दुसऱ्या संकल्पनेत पृथ्वीच्या भूपृष्ठाचे अध्ययन भूगोल करतो. यामध्ये क्षेत्रीय विज्ञान प्रधान आहे तर सर्वसामान्य तुलनात्मक प्रादेशिक भूगोल दुय्यम आहे. त्यांच्या मते, भूगोल ही सर्व विज्ञान शाखांची जन्मदात्री आहे. आता ते एक एक शाखा स्वतःच्या पायावर उभे राहिलेले आहेत.

फ्रेंच भौगोलिक विचारप्रवाह (Contribution of French Geographer)

प्रादेशिक भूगोल व मानवी भूगोलाच्या क्षेत्रात फ्रेंच भूगोलकारांची मोठी देणगी आहे. व्हिदॉल-द-ब्लाश, गालवा, ब्रूरज दर्माजीआ, दी मारतोन या फ्रेंच भूगोलकारांचे मोठे योगदान आहे.

१. **व्हिदॉल-द-ब्लाश (Vidal-da-la-Blash)** (इ.स. १८४५ ते इ.स. १९१८) : मानवी भूगोलाच्या फ्रेंच विचारसणीचे संस्थापक म्हणून व्हिदॉल-द-ब्लाश यांना मान दिला जातो. संभवाद (Possibilism) या विचारसरणीचा पुरस्कर्ता होता.

भूपृष्ठीय पर्यावरण व मानव कर्मप्रधान (Active) आंतरसंबंधाचे त्यांनी आयुष्यभर अध्ययन केले. मानव हा एक भौगोलिककारक (Geographical Factor) आहे की, जो कर्मप्रधान (Active) व कर्तव्यप्रधान (Passive) असा दोन्हीही आहे. त्याने दी-प्यी-ची (The Pays म्हणजेच भौगोलिक लहान क्षेत्र). त्यांनी विधी भूगोल हा ग्रंथ लिहिला. हा फ्रान्सचा आर्थिक व मानवी भूगोल हा सर्वोत्तम ग्रंथ आहे.

२. **जीन्स ब्रून्स (Jeans Brunce)** (इ.स.१८६९ ते इ.स.१८३०) : व्हिदॉल-द-ब्लाश यांचे शिष्य होते. त्यांनी मानवी भूगोल (Humaine) या ग्रंथाचे प्रकाशन १९०१ साली केले. या ग्रंथाच्या पहिल्या खंडात मानवाद्वारा पृथ्वीवरील प्रयोगाच्या बऱ्याच विषयाचे विवेचन केले आहे.

३. **फेबव्हरे (Februve)** : हे फ्रेंच भूगोलकार संभववादाचे पुरस्कर्ते होते. त्यांनी मानवी कार्याला महत्त्वाचे स्थान दिले. मानव सर्वांत महत्त्वपूर्ण मानला. पर्यावरणाला दुय्यम स्थान दिले. एक समान नैसर्गिक पर्यावरण असलेल्या पृथ्वीवरील कोणत्याही प्रदेशात मानवी विकासाची दिशा अंतिम अवस्थेत एकसमान असते असे त्यांचे मत होते.

४. **जीन गॉटमन (Gean Gotman)** : जीन गॉटमन हे फ्रान्समध्ये एक विद्वान म्हणून मान्यता पावलेले आहेत आणि त्यांच्या इंग्रजीमधील, ग्रंथ प्रकाशामुळे ते संयुक्त संस्थानामध्ये देखील प्रकाशझोतात आलेले आहेत.

ब्रिटिश भौगोलिक विचारप्रवाह (Contribution of British Geographer)

ब्रिटिशमध्ये १९व्या शतकात रॉयल जिऑग्राफिकल सोसायटीच्या १८३० सालच्या स्थापनेमुळे भूगोलाच्या विकासास प्रारंभ झाला.

ब्रिटनमध्ये हर्बटसन, मेसन, जोन्स, बाईड, कोसेट, चिशोल्म, रॉकतळी वुल्ड्रीज प्लेअर, स्टॅम्प इ.

१. **ए.जे. हर्बट्सन (A.J.Herbetson)** : हर्बट्सन यांच्या मतानुसार नैसर्गिक प्रदेशात अजैविक आणि जीवसृष्टीमध्ये निश्चित प्रकारचे साहचर्य असते. जे वनस्पती आणि प्राण्यांच्या नियमित परिस्थितीनुसार प्रगट होते. परंतु नैसर्गिक प्रदेश हे सापेक्ष क्षेत्र असते. ते निरपेक्ष क्षेत्र असत नाही.

मानव व त्याचे कार्य या ग्रंथाचे प्रकाशन केले. कोणत्याही नैसर्गिक प्रदेशात फक्त नैसर्गिक गोष्टीचीच समानता असते असे नसून मानवी संबंधामध्येही समानता असते.

२. **रॉकसबी (Roxbee)** : या भूगोलकाराने मानवी प्रदेशाची संकल्पना विस्तृत स्वरूपात मांडली. मानवी भूगोलात दोन समान नैसर्गिक प्रदेशात अभिक्षेत्रीय संबंधांमुळे फरक आढळतो. जसजसा कालखंड निघून जातो. तसतसे दोन सारख्या नैसर्गिक प्रदेशात

अभिक्षेत्रीय संबंधामुळे फरक आढळतो.

३. हॅबफोर्ड मॅकिन्डर (H. Mackinder) (इ.स. १८६१ ते इ. १९४७) : ब्रिटिश भूगोलकारांमध्ये सर्वांत जास्त प्रसिद्धी हॅबफोर्ड मॅकिन्डर यांना मिळाली. त्यांचा इतिहासाचे भौगोलिक हृदयस्थल किंवा धुराग्र (Geographical Pivot of History) हा प्रबंध भूगोलास एक देणगीच आहे.

मॅकिन्डर यांनी असे प्रतिपादन केले आहे की, घटनादृश्यांच्या प्रकारानुसार भौगोलिक माहिती न देता प्रादेशिकतेनुसार दिली गेल्यास भौगोलिक विवेचनात योग्य तात्त्विक बैठक उपलब्ध होते. त्यांच्या मते, कदाचित समाज एका पर्यावरणामधून दुसऱ्या पर्यावरणाकडे स्थलांतर करेल एवढेच नव्हे तर एका पिढीतील असणारे पर्यावरण दुसऱ्या पिढीच्यावेळी असणार नाही.

अमेरिकन भौगोलिक विचारप्रवाह (Contribution of American Geographer)

१) जॉर्जमार्श, २) कु. एलेन सेम्पल, ३) हटिंग्टन, ४) ईसा बोमेन, ५) ग्रिफिथ टेलर, ६) हार्टशॉन, ७) कार्ल सॉयर

१. कु. सेम्पल (Semple) : जर्मन भूगोलाकार रात्सेल यांचे शिष्य म्हणून त्यांच्याकडे पाहिले जाते. पर्यावरण निश्चयवादावर भर.

२. हटिंग्टन (Huntington) : अमेरिकन प्राध्यापक हंटिंग्टन यांनी मानवी भूगोलाचे व्यक्तिय वर्णन करताना नैसर्गिक पर्यावरणाचा त्यांच्यावर कसा परिणाम होतो याचा अभ्यास केला.

३. ईसा बोमेन (E.Bomen) : त्यांच्या मते, नैसर्गिक पर्यावरणाच्या सीमा लक्षात घेऊन मानव आपल्या आवडीनुसार प्रयत्नशील असतो.

४. ग्रिफिथ टेलर (Griffth Tayor) : ग्रिफिथ टेलर यांनी पर्यावरण निश्चयवाद विचारसरणीचे सतत समयी केलेले असले तरी निवडीनुसार पर्यावरणाशी मानव परिवर्तन करतो याचे अध्ययन केले त्यास त्यांनी 'थांबा व जा' निश्चयवाद असे नाव दिले.

२.५ निसर्गवाद (Determinism)

मानवी भूगोलाच्या विकासामध्ये राटत्सेल यांच्या निसर्गवादास महत्त्वाचे स्थान आहे. एकोणिसाव्या शतकाच्या उत्तरार्धात सांगितलेला हा वाद म्हणजे नैसर्गिक घटकांचे मानवी जीवनातील महत्त्व स्पष्ट करणारे तत्त्वज्ञान होय. "मानवाच्या सर्व हालचाली, इच्छा-आकांक्षा, सांस्कृतिक वर्तणूक इ. वर प्राकृतिक पर्यावरणाचा पगडा आहे," असे प्रतिपादन या वादात दिसून येते. त्याला पुष्टी देण्यासाठी पर्वतीय प्रदेशांपासून किनारी प्रदेशांपर्यंत लोकजीवन कसे नैसर्गिक घटकांवर अवलंबून आहे, याची उदाहरणेही राटत्सेल

यांनी दिली. त्यांचीच शिष्या असलेल्या कु. सेम्पल या विदुषीने तर मानव म्हणजे, ''पृथ्वीच्या धूलिकणांचा एक धूलिकण आहे'' (Man is a dust of Her dust) अशी टोकाची भूमिका घेतली.

याच काळात संख्याशास्त्रीय तंत्रांचा उदय झालेला होता. त्यामुळे मानवी भूगोलाच्या अनेक अभ्यासांमध्ये नैसर्गिक घटक आणि मानवी हालचाली यांच्यातील दृढ संबंध उकलून दाखविण्याचा प्रयत्न झाला; त्यामुळे निसर्गवादात एककल्ली विचार असला तरी मानवी भूगोलाच्या अभ्यासास चालना मिळण्यास त्याचा उपयोग झाला.

शक्यतावाद (Possibilism)

मानवाला कनिष्ठ लेखणाऱ्या निसर्गवादाची प्रगती होत असताना त्याला विरोधही झाला. व्हिदॉल-द-ब्लाश या शास्त्रज्ञाने 'मानवी प्रतिसाद' कसा महत्त्वाचा आहे, हे स्पष्ट केले. समान नैसर्गिक घटक असूनही मानवी जीवन वेगवेगळे कसे आहे याची त्यांनी उदाहरणे दिली. आसामच्या चहाच्या मळ्याचे उदाहरण येथे बोलके आहे. आसाममध्ये चहासाठी पोषक हवामान, प्राकृतिक रचना अगदी अनादि काळापासून होती. परंतु मानवी प्रतिसाद मिळाल्यावरच तेथे मळे सुरू झाले. महाराष्ट्रात साखर उद्योग १९६० नंतर सुरू झाला. शासकीय धोरण, सहकार चळवळ, जलसिंचनाची सोय, तंत्रज्ञानाची व यंत्रसामग्रीची उपलब्धता, पतविषयक सोयी इ. मानवी घटकांमुळे त्याचा विकास झाला. तेव्हा प्राकृतिक घटकांइतकेच सांस्कृतिक घटकांनाही महत्त्व आहे. मानवाच्या इच्छेनुसार त्याला आपली प्रगती, उपलब्ध प्राकृतिक पर्यावरणामध्ये करता येऊ शकते हे प्रतिपादन करणारा हा शक्यतावाद होय.

थांबा-जा शक्यतावाद (Stop and Go Determinism)

निसर्गवादी आणि शक्यतावादी यामध्ये सातत्याने जी चर्चा होत गेली, त्यामुळे मानवी भूगोलाच्या अभ्यासास गती प्राप्त झाली. या चर्चेतूनच एक समेटपूर्ण वाद ग्रिफीथ टेलर यांनी विसाव्या शतकाच्या सुरुवातीस सांगितला. ''नैसर्गिक घटक जेव्हा प्रतिकूल असतील तेव्हा थांबा व ते जेव्हा अनुकूल होतील तेव्हा पुढे जा'' हे सांगणाऱ्या वादास 'थांबा-जा शक्यतावाद' असे म्हणतात. वाहतुकीच्या हिरव्या, पिवळ्या व लाल दिव्यांच्या संकेतांप्रमाणेच हे तत्त्व आहे. हे तत्त्व आपल्या समाजात नेहमीच दिसून येते. दुष्काळी भागात दुष्काळ पडल्यावर विहिरी खोदणे, वाडे बांधणे, रस्ते तयार करणे यासारखी कामे काढण्याची आपली परंपरा आहे. त्या काळात शेतमजुरांची वाया जाणारी शक्ती वापरून भांडवलनिर्मिती करण्याची ही अत्यंत उपयुक्त अशी भूमिका आहे. अगदी अलीकडच्या काळातील शासकीय रोजगार हमी योजना हेच दर्शविते.

अशा तऱ्हेने या तिन्ही वादांवर साधकबाधक चर्चा झाल्याने मानवी भूगोल हा विषय विकसित आणि संपन्न झाला. त्याचा सूत्रबद्ध पद्धतीने अभ्यास करण्यासाठी त्याच्या अनेक शाखा विसाव्या शतकाच्या पूर्वार्धात उदयास आल्या. बाजूच्या तक्त्यामध्ये त्यांची यादी दिलेली आहे.

प्रश्नसंच

अ. प्रत्येकी २० शब्दांत उत्तरे लिहा.

१. निसर्गवाद म्हणजे काय?
२. संभवबाद म्हणजे काय?
३. थांबा व जा शक्यतावाद कोणी मांडला?
४. निसर्गवादाच्या दोन पुरस्कर्त्यांची नावे लिहा.
५. संभववादाच्या दोन पुरस्कर्त्यांची नावे लिहा.
६. आधुनिक काळातील मानवी भूगोलकारांची चार नावे लिहा.

ब. प्रत्येकी ५० शब्दांत टिपा लिहा.

१. प्राचीन भौगोलिक संकल्पना
२. ग्रीक विचारवंत
३. थांबा व जा शक्यतावाद
४. हेरोडोट्स व इरॅटोस्थेनिसचे भौगोलिक विचार

क. प्रत्येक १५० शब्दांत उत्तरे लिहा.

१. ग्रीक व रोमन भूगोलतज्ज्ञांचे मानवी भूगोल विकासातील योगदान स्पष्ट करा.
२. अलेक्झांडर व्हॉन हम्बोल्टच्या भौगोलिक संकल्पना स्पष्ट करा.
३. संभववाद संकल्पना स्पष्ट करा.
४. कु. सेम्पल यांची भौगोलिक कार्ये सांगा.

ड. प्रत्येकी ३०० शब्दांत उत्तरे लिहा.

१. पूर्व ऐतिहासिक काळातील मानवी भूगोलाचे वर्णन करा.
२. मध्यमयुगीन काळातील मानवी भूगोलाचे वर्णन करा.
३. अठराव्या शतकातील मानवी भूगोलाचे वर्णन करा.
४. निसर्गवाद संकल्पना स्पष्ट करा.
५. निसर्गवाद आणि संभववाद विचारसरणीच्या अभ्यासकांच्या मतांविषयी चर्चा करा.

३ मानवाची उत्क्रांती आणि मानवी वंश
Human Evolution and Races

३.१ प्रस्तावना (Introduction)

मानवी उत्क्रांती

मानवाची उत्पत्ती नेमकी केव्हा झाली याचा उलगडा आजपर्यंत स्पष्ट होऊ शकला नाही. पुरातन मानवाची थोडीफार माहिती पुरातन अवशेषांवरून मिळाली. जीवशास्त्राच्या साहाय्याने मानव आणि इतर प्राणी यांची तुलना करून, त्यातील फरक जाणून काही प्रमाणात पुरातन मानवाविषयी ज्ञान मिळवता येते. आजची मानवाची जीवनपद्धती आणि त्याचे प्राचीन अवशेष यातील साधर्म्यावरून आपणास त्या काळातील मानवी जीवनपद्धती व पर्यावरण यांचा अभ्यास करता येतो.

मानवाचा विकास हा मानवासारखी शारीरिक लक्षणे असणाऱ्या प्राण्यापासून झाला. मानवजात ही पूर्ण विकसित अशा बुद्धिमान (होमो सॅपियन) मानवापासून झाली; असे असले तरीही मानवामध्ये फरक असलेला आढळतो. हा फरक आपणास त्याच्या शारीरिक फरकावरून लक्षात येतो. या शारीरिक विभिन्नतेवरून मानवाचे वेगवेगळ्या वंशात विभाजन केले जाते. या प्रकारणात आपण त्याचा सविस्तर अभ्यास करणार आहोत.

३.२ मानवाच्या उत्क्रांतीचे टप्पे (Stages of Human Evolution)

पृथ्वीची निर्मिती सुमारे ४.६ अब्ज वर्षांपूर्वी झाली असे मानले जाते. त्यानंतर कित्येक वर्षे गेली व पुढे ३.६ अब्ज वर्षांपूर्वी पृथ्वीवर एक पेशी जीव अस्तित्वात आला. इ.स.पूर्व ४७५ दशलक्ष वर्षांच्या सुमारास जमिनीवरील वनस्पती निर्माण झाल्या. मानव सदृश्य प्राण्याची निर्मिती सुमारे ६० दशलक्ष वर्षांपूर्वी झाली, खऱ्या अर्थाने मानवाची उत्क्रांती या काळापासून पुढे होत गेली. मानवी उत्क्रांतीचे टप्पे पुढीलप्रमाणे –

१. **अेगीप्टोपिथेकस किंवा इजिप्तशियन एप (Aegyptopithecus of Egyptian Ape) :** माकड, वानर, वानरसदृश्य प्राण्यांची निर्मिती एका पूर्वजांपासूनच झालेली आहे. या मानवाचे वास्तव्य इजिप्तमध्ये ३५ दशलक्षांपूर्वी होते. यावरून त्या मानवास 'इजिप्तशियन एप' म्हणून संबोधले जाते. इजिप्तशियन एप आपल्या दोन्ही हातांचा वापर पायाप्रमाणे करत असत. त्याच्या साहाय्याने ते एका झाडावरून दुसऱ्या झाडावर जात असत.

२. **ड्रायोपिथेकस (Dryopithecus) :** रॅमपिथेकस मानवाचे पूर्वज ड्रायोपिथेकस हे आहेत. ड्रायोपिथेकस मानवामुळेच पहिल्या मानवसदृश्य प्राण्याची उत्क्रांती झाली. ड्रायोपिथेकसची उत्पत्ती मायोसीन काळात म्हणजेच २२ दशलक्ष वर्षांपूर्वी झाली.

३. **रॅमपिथेकस (Ramapithecus) :** रॅमपिथेकस मानवाचा कालखंड १६ ते १८ दशलक्ष वर्षांपूर्वीचा होता. या मानवाला दात होते. मानवाच्या उत्क्रांतीच्या अभ्यासातील सर्वांत जुना जीवावशेषाचा पुरावा रॅमपिथेकसचा आहे. ड्रायोपिथेकस व रॅमपिथेकस या काळातील मानवाने बदलत्या पर्यावरणाशी जुळवून घेतले होते.

४. **ऑस्ट्रेलोपिथेकस (Austrolopithecus/African Ape-Man) :** ऑस्ट्रेलोपिथेकसचा कालखंड ५ दशलक्ष वर्षांपूर्वी होता. ऑस्ट्रेलोपिथेकस मानवाचा बांधा उभा होता. ह्या मानवांना हत्यारांचा वापर करण्याची कला अवगत होती.

५. **होमो हॅबिलिस (Homo Habilis/Handy Man) :** होमो हॅबिलिस मानवाचा कालखंड २ दशलक्ष वर्षांपूर्वीचा आहे. या मानवाचे वास्तव्य आफ्रिकेत होते. या मानवाचा मेंदू ऑस्ट्रेलोपिथेकस मानवापेक्षा अधिक मोठा होता. तो हत्यारांचा वापर करीत असे.

६. **होमो इरेक्ट्स (Homo Erectus) :** होमो इरेक्ट्स मानवाचा कालखंड १.८ दशलक्ष वर्षांपूर्वी आहे. या मानवाने आशिया व युरोपमध्ये स्थलांतर केले असे पुरावे काही ठिकाणी सापडले आहेत. होमो इरेक्ट्स मानव अग्नीचा वापर करीत असे. तो मानव आपले वास्तव्य गुहेत करीत असे.

७ **होमो सॅपिअन निअँडरथल** (Homo Sapiens Neander Thalensis) : होमो सॅपिअनचे कालखंड सुमारे १०,००० वर्षांपूर्वीचा आहे. या मानवाचे वास्तव्य युरोप व आशियात होते. निअँडरथलचे जीवावशेष जर्मनीमध्ये निअँडरल दरीत आढळले. यावरून त्याचे नाव 'निअँडरथल होमो सॅपिअन' असे पडले. या मानवाने सुबक हत्यारे बनविली.

८. **क्रो-मॅग्नन** (Cro-Magnon) : क्रो-मॅग्नन मानवाचा कालखंड ३४०० वर्षांपूर्वीचा होता. या मानवाचे अवशेष फ्रान्समध्ये सापडले. यावरून असे लक्षात येते की, हे मानव पश्चिम व मध्य युरोपात वास्तव्य करीत होते.

९. **होमो सॅपिअन** (Homo Sapiens) : काळानुसार मानवाची उत्क्रांती होत गेली. होमो सॅपिअन हे हुशार मानव होते. या मानवाच्या मेंदूचा पूर्ण विकास झालेला होता. इ.स.१०,००० वर्षांपूर्वी होमो सॅपिअन मानव जगभर पसरले. होमो सॅपिअन मानवाची उत्क्रांती निअँडरथल मानव व क्रो-मॅग्नन मानवाच्या संकरातून झाली.

होमो सॅपिअन मानवाच्या सरळ शरीरयष्टीसह द्विपाद हालचाल, बोटाच्या मानाने अंगठा विरुद्ध बाजूस, द्विनेत्र दृष्टी, मेंदूचा मोठा आकार, सुस्पष्ट उच्चाराची क्षमता इ. गोष्टी आधुनिक मानवात बदल होऊन आधुनिक मानवाची निर्मिती झाली.

होमो सॅपिअन मानव प्राण्यांचा वेगवेगळ्या कामात उपयोग करीत असत. त्याचबरोबर त्यांना शेती करण्याची कला अवगत होती.

३.३ मानवी वंश व्याख्या व अर्थ (Meaning and Defination of Human Race)

जगाच्या पाठीवर प्रत्येक गोष्टीमध्ये विभिन्नता असलेली आढळून येते. प्रत्येक ठिकाणाचे पर्यावरण, भूप्रदेश त्याचबरोबर मानवसमाजात देखील खूप भिन्नता आढळते. प्रत्येक समाजाची जातीय, धार्मिक, भाविक, राजकीय, सांस्कृतिक विभिन्नता आढळते.

मानवा-मानवामध्ये असलेल्या विभिन्नतेला अनुसरून मानवाचे वर्गीकरण केले, ते आपण या प्रकरणात अभ्यासणार आहोत.

जागतिक पातळीवर सर्व मानवजात एकाच बाबतीत समान आढळते, ती म्हणजे वृद्धी. हा एक गुण जर सोडला तर मानवात सर्वत्र बौद्धिक क्षमता व शारीरिक वैशिष्ट्ये स्थलपरत्वे बदलत असतात. युरोपातील मानवी वैशिष्ट्ये व आशिया खंडातील मानवी वैशिष्ट्यांत फरक आढळतो. होमो सेपिअन जातीचा मानवसदृश प्राणी आधुनिक मानवाचा पूर्वज समजला जातो. होमो सेपिअन किंवा आदिमानवाने आपली संख्या वाढल्यामुळे किंवा अन्य कारणामुळे स्थलांतर केले असावे. स्थलांतर केल्यावर विविध भागातील हवामान व आहार यांचा परिणाम या आदिमानवावर झाला असावा व त्यामुळे वेगवेगळे

वंश निर्माण झाले असावेत असा अंदाज केला जातो. वंश म्हणजे समान शारीरिक लक्षणे असणारा मानवी गट. प्रत्येक मानवी गटाची विशिष्ट शारीरिक लक्षणे असतात. ही वैशिष्ट्ये एका पिढीकडून दुसऱ्या पिढीकडे आनुवंशिकतेने जात असतात.

'**निश्चित शारीरिक लक्षणे असणारे, पिढ्यान्पिढ्या प्रजनन होऊन जैविकदृष्ट्या संकरित झालेले मानवी म्हणजे वंश**', अशी सर्वसाधारणपणे वंशाची व्याख्या करता येईल.

समान शारीरिक गुणधर्माचा मानवी समूह दुसऱ्या भिन्न शारीरिक गुणधर्माच्या मानवी समूहापेक्षा वेगळा दिसतो. यातून वंशिक भिन्नता ओळखली जाते. वेगवेगळ्या मानववंश शास्त्रज्ञांनी निरनिराळ्या प्रकारे वंशाची व्याख्या केलेली आहे.

ए.के क्रोबर – **वंश ही जीवशास्त्रीय संकल्पना आहे. वंश म्हणजे आनुवंशिकतेच्या निकषांवर संघटित होणारा समुदाय किंवा उपप्रकार होय.**

(A race is a ralid biological concept. It is a group united by heridity, a breed or genetic stain or sub-species.)

ए.ई.वेलीस – **समान आनुवंशिक गुणवैशिष्ट्यांचा विशिष्ट संच प्रदर्शित करणारा मानवाचा एक नैसर्गिक गुण म्हणजे वंश.**

ई.ए.हॉबेल – **एका पिढीकडून दुसऱ्या पिढीकडे हस्तांतरीत होणाऱ्या विशिष्ट शारीरिक लक्षणांनी युक्त असा जीवशास्त्रीय समूह म्हणजे वंश होय.**

(A race is a biological inbred group possessing a distinctive combination of physical traits which tend to breed form generation to generation.)

हॅडन – **एका वंशाच्या समूहातील शारीरिक लक्षणे ही दुसऱ्या वंशाच्या समुहातील शारीरिक लक्षणांपासून भिन्न असतात. ही शारीरिक लक्षणे पुढच्या पिढीतही जशीच्या तशीच उतरतात.**

व्हिदॉल–द–ला–ब्लाश – **मानववंशाचे वर्गीकरण मानवी शरीराची आकृती व शारीरिक लक्षणे यांच्या आधारावर करण्यात येते.**

३.४ मानवी वंश वर्गीकरण निकष (Bases of Human Racial Classification)

वंश मानवाचे नाक, त्वचेचा रंग, ओठ, केसांचा आकार व रंग, रक्तगट या शारीरिक वैशिष्ट्यांवर निश्चित केला जातो. या वंश गुणवैशिष्ट्यांचे अभ्यासकांनी दोन भागात वर्गीकरण केलेले आहे.

१.   **निश्चित गुणवैशिष्ट्ये (Fixed Characteristics) :** मानवाची उंची, डोक्याचा आकार व रुंदी, नाकाचा आकार इत्यादी घटकांचा यात समावेश होतो. या वैशिष्ट्यांचे मोजमाप करता येते.

२. **अनिश्चित गुणवैशिष्ट्ये** (Unfixed Characteristics) : त्वचेचा रंग, डोळ्यांचा रंग, केसांचा रंग इत्यादी घटकांचा यात समावेश होतो. या वैशिष्ट्यांचे मोजमाप करता येत नाही.

३. **निश्चित लक्षणे** (Fixed Characteristics)

अ. **शारीरिक उंची** (Height of a body) : शारीरिक उंची सहज मोजून वर्गीकृत केली जाऊ शकते. उंचीनुसार मानवाचे उंच, मध्यम, खुजे असे वर्गीकरण करता येऊ शकते. पुरुषांची सरासरी उंची १५० सेमी. ते १८५ सेमी. दरम्यान असते. १५० सेमी. पेक्षा कमी उंचीची माणसे ठेंगणी समजली जातात. स्त्रियांची उंची १३५ सेमी. ते १७८ सेमी. सरासरी असते. हवामान व आहार यांचा उंचीवर परिणाम होतो.

ब. **रक्तगट** (Blood Group) : वांशिक भिन्नता निश्चित करण्याच्या लक्षणात रक्तगट महत्त्वाचा घटक आहे. मानवी रक्तगटाचे मुख्य चार प्रकार आहेत. ए, बी, एबी व ओ हे चार प्रकार असून जगातील प्रत्येक मानवात वरील चार गटांपैकी एक रक्तगट आढळतो. कॉकेसाइट वंशीय मानवात 'ए' गटाचे प्रमाण जास्त आढळते. तर मंगोलाइड वंशीय मानवात 'बी' रक्तगटाचे प्रमाण जास्त आढळते. तर निग्रोईड मध्ये 'ए' आणि 'बी' दोन्ही रक्तगट आढळतात; असे असले तरी रक्तगट हा मानव वंश निश्चित करण्याचा गुणधर्म मानता येणार नाही.

क. **डोक्याचा आकार** (Cephalic Index) : डोक्याचा आकार मानवी वंशनिश्चिती करण्यातला महत्त्वाचा घटक मानला जातो. डोक्याची लांबी व रुंदी याच्या गुणोत्तर प्रमाणाच्या साहाय्याने वांशिक भिन्नता निश्चित केली जाते. या गुणोत्तर प्रमाणाला 'शीर्षभिसूचक निर्देशांक' किंवा 'कपालांक' असे म्हणतात. याचे सूत्र पुढीलप्रमाणे –

$$\text{शीर्षभिसूचक निर्देशांक (Cephalic Index)} = \frac{\text{डोक्याची रुंदी}}{\text{डोक्याची लांबी}} \times १००$$

शीर्षभिसूचक निर्देशकांवरून डोक्याचे तीन प्रकार पडतात –

१. **लांबट डोके** (Dolichocephalic) : ७५ ते ७७ निर्देशांक

२. **मध्यम डोके** (Mesocephalic) : ७७ ते ८० निर्देशांक

३. **रुंद डोके** (Brachycephalic) : ८० च्या वर निर्देशांक

ड. **नाकाचा आकार (Nasal Index) :** नाकाची रुंदी व लांबी मोजून नाकाचा आकार काढला जातो. त्याला 'नासिका निर्देशांक' असे म्हणतात. तो पुढील सूत्राच्या साहाय्याने काढला जातो.

$$\text{नासिका निर्देशांक (Nasal Index)} = \frac{\text{नाकाची रुंदी}}{\text{नाकाची लांबी}} \times १००$$

नासिका निर्देशकांच्या आधारावर नाकाचे तीन प्रकार पडतात.

१. **अरुंद नाक/लांब नाक (Leptorrhines) :** निर्देशांक ७० पेक्षा कमी - अरूंद नाकाचे लोक फ्रान्स, जर्मनी व मध्य युरोपच्या काही भागात राहतात.

२. **मध्यम नाक (Mesorrhines) :** निर्देशांक ७० ते ८४ - मध्यम नाकाचे लोक अमेरिका खंड, पूर्व आशिया इ. भागात राहतात.

३. **रुंद नाक (Platyrrhines) :** निर्देशांक ८४ पेक्षा जास्त - हे लोक प्रामुख्याने आफ्रिका, ओशिनिया खंडात राहतात.

४. **अनिश्चित लक्षणे (Unfixed Characteristics)**

अ. **त्वचेचा रंग (Skin Colour) :** त्वचेच्या रंगावरून वांशिक-निश्चिती केली जाते. सर्वसाधारपणे त्वचेच्या रंगावरून गोरा, पीत व काळा असे वंशाचे वर्गीकरण केले जाते. कॉकेसाईड गोरा, मंगोलाईड पीत तर निग्रोईडवंशीय मानव काळ्या रंगाचा असतो. त्वचेचा रंग, रंगद्रव्य व रक्तवाहिन्यांची त्वचेखालील खोली यावर अवलंबून असतो. रंगद्रव्याचे प्रमाण कमी व रक्तवाहिन्या दिसत असतील तर रंग फिकट गौर असतो. रंगद्रव्याचे प्रमाण जास्त असेल तर काळा वर्ण असतो. त्वचेच्या रंगावर हवामानाचा परिणाम काही प्रमाणात होत असतो.

ब. **केसांचा आकार व रंग (Shape and Colour of Hair) :** मानवी वंशाचे वर्गीकरण केसांच्या आकार व रंगावरून उत्तम प्रकारे करता येते. डोक्यावरील केसांचे तीन प्रकारात वर्गीकरण केले जाते. ते पुढीलप्रमाणे -

१. **सरळ व लांबट केस :** कॉकेसॉईड वंश

२. **कुरळे केस :** ऑस्ट्रेलॉईड वंश

३. **लोकरीसारखे केस :** निग्रॉईड वंश

केसांचे रंग अनेक प्रकारचे असतात. त्यात गडद काळा, फिक्कट काळा, पिंगट तांबूस, सोनेरी केस असतात. बहुधा काळा रंग सर्वत्र आढळतो.

वरील शारीरिक लक्षणांबरोबरच ओठांचा आकार, डोळ्यांचा आकार व रंग यांचाही वांशिक भिन्नता शारीरिक लक्षणात समावेश केला जातो.

३.५ वंश उत्क्रांतीचा डॉ. ग्रिफिथ टेलर यांचा सिद्धान्त (Griffith Taylor's Theory of Human Race)

ग्रिफिथ टेलर (१९३७) या मानवी भूगोलवेत्याने मानवी वंश उत्क्रांतीच्या संदर्भात सिद्धान्त मांडला. टेलरने मानवी वंशाचे मूळ उत्पत्तीस्थान मध्य आशिया मानले. या प्रदेशात भौगोलिक परिस्थितीची विविधता असल्यामुळेच मानवी वंशाची उत्क्रांती झाली. हिमयुगानंतर हवेतील तापमानाचे प्रमाण वाढून शुष्क हवामानाची निर्मिती झाली. या हवामान बदलामुळे मानवी वंशाचे स्थलांतर झाले असावे, असे टेलरने स्पष्ट करण्याचा प्रयत्न केलेला आहे. हवामानात झालेल्या अचानक बदलामुळे, मानवाला गरजा भागवणे दुरापास्त झाल्यामुळे त्याला नाइलाजास्तव स्थलांतर करावे लागले. उत्तर गोलार्धात हवामान व वनस्पतीजीवनात फार मोठ्या प्रमाणात बदल घडून आल्यामुळे, अरण्याशी संबंधित शिकार व्यवसाय करणारे लोक उत्तर व दक्षिण भागात स्थलांतरित झालेत. निग्रो वंश जगातील सर्वांत प्राचीन वंश म्हणून मानला जातो. या वंशाचे वितरण बऱ्याच मोठ्या भूप्रदेशात होते. निग्रोवंशीय लोकांपेक्षा मंगोलाईड व कॉकेसाईड वंशीय लोकांत आर्थिक, सामाजिक विकास घडून आला. याचा परिणाम म्हणून या वंशीय लोकांची संख्या मध्य आशियाच्या भागात वाढली. त्यांनी इतर भागातही स्थलांतर करायला सुरुवात केली. याच्या परिणामी निग्रोवंशीय लोकांना खंडाच्या किनारी भागाकडे स्थलांतर करणे भाग पडले. टेलर यांच्या मतानुसार या वंशाचा विस्तार अमेरिकेच्या तुलनेत आफ्रिकेमध्ये जास्त प्रमाणात घडून आला.

मध्य आशियात मंगोलाईड व कॉकेसाईड वंशाची उत्पत्ती झाल्यानंतर, त्यांनी हिमयुगात स्थलांतर करायला सुरुवात झाली. या काळात मानवाने ऑस्ट्रेलिया खंडाकडे स्थलांतर केलेच नाही. याचा परिणाम ऑस्ट्रेलियात मूळ जो वंश होता; त्याच प्रकारचा कायम राहिला. याच्या परिणामी एक वैशिष्ट्यपूर्ण वंश म्हणून या ऑस्ट्रेलॉईड वंशाकडे पाहिले जाते. हिमयुगात आग्नेय आशियातील समुद्राची पातळी सध्याच्या पातळीपेक्षा खाली गेली असावी; येथून पुढे ऑस्ट्रेलियापर्यंत मानवी वंशाचे स्थलांतर झाले असे टेरलने स्पष्टीकरण करण्याचा प्रयत्न केलेला आहे.

टेलरच्या मते, स्थलांतरामुळेच वांशिक भिन्नता आढळते. आपल्या शारीरिक व जैविक गरजांची पूर्तता करण्यासाठी वांशिक समूहांनी स्थलांतर केले. ज्या ठिकाणी अनुकूल परिस्थिती लाभली तेथे ते स्थायिक झाले. त्या ठिकाणच्या भौगोलिक परिस्थितीमुळे त्यांच्यात वेगळी वैशिष्ट्ये प्राप्त व्हायला सुरुवात झाली. तोपर्यंत पुन्हा नव्याने झालेल्या हवामान बदलामुळे त्यांना तो भूभाग सोडून दुसरीकडे जावे लागले. अशा प्रकारे वेळोवेळी होणाऱ्या बदलांमुळे मानवी वंशाचे स्थलांतर होऊन मानवी वंश

उत्क्रांत झाला. अशा प्रकारे उत्क्रांती व स्थलांतर या क्रिया एकामागून एक अशा वारंवार झाल्यामुळे मध्य आशिया या मानवी वंशाच्या उत्क्रांतीस अनुकूल असलेल्या प्रदेशाभोवती वांशिक गटांची निर्मिती झाली.

ग्रिफिथ टेलरच्या सिद्धान्ताची तत्त्वे (Principles of Griffith Taylor's Theory)

१. प्रथम उत्क्रांत झालेला मानवी वंश खंडाच्या किनाऱ्याकडे ढकलत जातो.

२. नवीन उत्क्रांत झालेले मानवी वंश भूभागाच्या मध्यवर्ती भागात आढळतात.

३. वांशिक उत्क्रांती झालेल्या भागात, मानवी वंशाच्या अवशेषात विविधता आढळते.

४. खंडाच्या केंद्रभागी नवीन उत्क्रांत झालेले वंश तर परिघावर प्राचीन वंश असतात.

५. नव्याने उत्क्रांत झालेल्या वंशाच्या ठिकाणीच प्राचीन वंशाचे मूळ स्थान असते.

ग्रिफिथ टेलरच्या सिद्धान्तावर झालेली टीका (Critisim of Theory)

टेलर हा निसर्गवादी होता. त्याने मांडलेल्या वंश उत्क्रांतीच्या सिद्धान्तावर निसर्गवादाचा प्रभाव जाणवतो. यामुळे शक्यतावादींनी या सिद्धान्तावर काही आक्षेप घेतलेले आहेत.

१) टेलरच्या मतानुसार हवामान-बदलामुळे वांशिक स्थलांतर झाले असे म्हटले आहे. परंतु शक्यतावादींच्या मतानुसार नुसते हवामान-बदल हे कारण नसून, वाढत्या गरजांमुळे मानवाने गरजांच्या पूर्ततेसाठी स्थलांतर केले असावे असे म्हटले आहे.

२) हिमयुगामुळे वांशिक बदल झाला, या टेलरच्या मताला जीवशास्त्रीय पुरावा उपलब्ध नाही.

३) टेलरच्या मतानुसार मध्य आशिया मानवी वंशाचा उत्क्रांतीचा केंद्रबिंदू आहे. परंतु इतर मानवी भूगोलवेत्यांना ते मान्य नाही. त्यांच्या मते, पूर्व आफ्रिकेच्या भागात जलद मानवी वंश उत्क्रांती झाली.

४) अमेरिकेत झालेल्या वांशिक उत्क्रांतीच्या संदर्भात टेलरचे मत स्पष्ट नाही.

जरी टेलरच्या सिद्धान्तावर वरील टीका झालेली असली तरी आजही हा सिद्धान्त महत्त्वाचा मानला जातो.

३.६ मिश्र मानवी वंश (Mixed Races) (नकाशा क्र. ३.१)

मानवी वंशाचे वर्गीकरण मानवाची उंची, त्वचेचा रंग, कवटीचे आकारमान, रक्तगट इत्यादी शारीरिक वैशिष्ट्यांवर केले जाते.

जगातील प्रमुख मानवी वंश पुढीलप्रमाणे -

१. **कॉकेसॉईड (Caucasoids) :** लोकांचे उत्पत्तीस्थान कॉकेशियस पर्वतक्षेत्रातील असावे असा अंदाज व्यक्त केला जातो. कॉकेसाईड लोक युरोप, उत्तर

आफ्रिका, प. आशिया, मध्य आशिया या भूप्रदेशात आढळतात. कॉकेसाईट वंशीय मानवाचा रंग प्रत्येक भागात वेगवेगळा आढळतो. युरोपीय प्रदेशात गोरा तर आशिया खंडात भुरकट आढळतो. या लोकांचे केस सरळ, नाक मोठे व अरुंद असते व हे लोक उंचीने जास्त उंच असतात. या मानवाच्या रक्तात हिमोग्लोबिनचे प्रमाण इतर वंशापेक्षा जास्त असून याचा शीर्षाभिसूचक निर्देशांक ८० पेक्षा जास्त असतो. हॉबल व स्मिथ यांनी कॉकेशियस वंशाचे तीन उपप्रकार केलेले आहेत. ते पुढीलप्रमाणे –

अ. **नॉर्डिक :** स्कॅन्डेनेव्हियन देश, ब्रिटन, बाल्टिक किनारा या भागात हा वंश आहे. लंबशीर्ष, १७३ सेमी. पेक्षा जास्त उंच, लांब केस व निळसर डोळे असलेला हा मानवी वंश आहे.

ब. **अल्पाईन :** मध्य युरोप, फ्रान्स, पश्चिम आशिया या भागात हा वंश आढळतो. लघु शीर्ष, कमी उंची असलेला, भुरके केस व भुरकट डोळे असलेला हा मानवी वंश आहे.

क. **भूमध्य सागरीय :** अरेबियन द्विपकल्प व इटलीपासून भारतापर्यंत या वंशाचे वितरण आढळते. गोरे किंवा गौरवर्णीय, लंबशीर्ष, १६० ते १८२ सेमी. उंची, काळे केस व काळे डोळे असलेला हा मानवी वंश आहे.

२. **मंगोलॉईड (Mangoloid) :** मंगोलॉईड वंशीय मानवाचे मूलस्थान मध्य आशिया असावे असा अंदाज व्यक्त केला जातो. हे लोक चीन, जपान, रशिया व मध्य आशिया भागात आढळतात. उत्तर अमेरिका व टुंड्रा हवामान प्रदेशात मंगोलॉईड वंशाचे वंशज आहेत. पीतवर्णीय, अर्धवट उघडे डोळे, जाड पापण्या, रुंद नाक, कमी उंची व शरीरावर कमी केस अशी यांची शारीरिक लक्षणे आहेत. मंगोलॉईड वंशाचे तीन प्रकारात वर्गीकरण केले जाते –

अ. **मंगोलॉईड व आसपासच्या भागात राहणारा :** पीतवर्णीय सरळ केस, कमी उंची.

ब. **पूर्वेकडील द्वीप समूहात राहणारा :** पीतवर्णीय सरळ केस, कमी उंची, मंगोलियन माणसासारखीच शारीरिक वैशिष्ट्ये असणारा.

क. **उत्तर व दक्षिण अमेरिकेत राहणारा :** गोरा रंग, डोळे मंगोलॉइडपेक्षा किंचित मोठे, उंची जास्त.

३. **निग्रॉईड (Negroid) :** मानवी वंश अभ्यासकांच्या मते, निग्रॉईड वंशाच्या मानवाची उत्पत्ती फार प्राचीन काळी झालेला असावी. बोल्स, हाईजर व लिके या मानवी वंश अभ्यासकांच्या मते, निग्रो वंश सर्वात प्रथम निर्माण झालेला असावा. निग्रॉईड वंश आफ्रिका खंडात विस्तारित झालेला आहे. काळा रंग, जाड व राठ ओठ, कुरळे व काळे केस, लांब डोके अशी या मानवाची शारीरिक लक्षणे आहेत.

जग आणि वंश

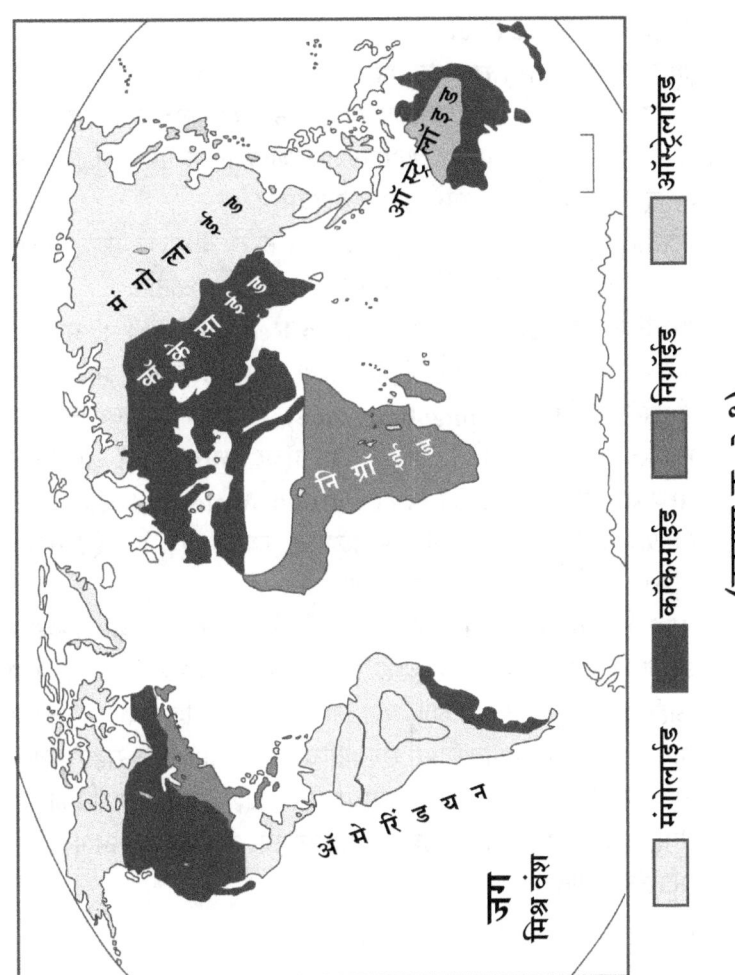

जग
मिश्र वंश
मं गो लॉ ई ड
कॉ के सा ई ड
नि ग्रॉ ई ड
ऑ स्ट्रे लॉ ई ड
अॅ मे रिं ड य न
मंगोलाईड
कॉकेसाईड
निग्रॉईड
ऑस्ट्रेलॉईड

(नकाशा क्र. ३.१)

४.	**ऑस्ट्रेलॉईड (Australoid) :** ऑस्ट्रेलॉईड वंशाचे उत्पत्तीस्थान ऑस्ट्रेलिया आहे. ऑस्ट्रेलिया खंडात राहणारे लोक ऑस्ट्रेलॉईड वंशीय म्हणून ओळखले जातात. त्यांची कुरळे केस, जाड ओठ, भुरकट रंग, रुंद नाक, लांब डोके व १६७ सेमी. उंची ही शारीरिक वैशिष्ट्ये आहेत.

मानवी शुद्ध वंश (Pure Race)
मानवी शुद्ध वंशाचे जागतिक वितरण

सध्याच्या काळात मानव जगाच्या प्रत्येक कोपऱ्यात पोहचला आहे. कोणत्याही भागातील लोक जगाच्या कोणत्याही भागात जाऊ शकतात. त्यामुळे शुद्धवंशाचे विभाग फारच मर्यादित शिल्लक राहिले आहेत. ते पुढीलप्रमाणे –

१.	**एस्किमो (Eskimos) :** अरुंद नाक हे एस्किमोचे वैशिष्ट्ये आहे. या लोकांमध्ये आज देखील मूळ मंगोलॉईड वंशाची वैशिष्ट्ये आढळतात.

२.	**अमेरिकन रेड इंडियन्स (American Red Indians) :** अमेरिकन्स रेड इंडियन्स या वंश गटात मंगोलॉईड वंशाची लक्षणे ठळकपणे आढळतात.

३.	**मंगोलियन वंश (Mongolian Race) :** मंगोलॉईड वंशाचे मूळ स्थान मंगोलिया आहे. त्या ठिकाणी शुद्ध मंगोलॉईड वंशाचे लक्षणे आढळतात.

४.	**मध्य व पश्चिम आफ्रिका (Central and Western Africa) :** प्रामुख्याने आफ्रिकेत निग्रो वंशाचे लोक आढळतात. त्यांचा शुद्ध निग्रोईड वंश मध्य व पश्चिम आफ्रिकेत असलेला पहावयास मिळतो.

५.	**मध्य विभाग (Central Zone) :** असे मानले जाते की मानवाचा उदय आणि विकास हा जगाच्या मध्यभागी झाला; म्हणजेच सध्याचा उत्तर आफ्रिकेच्या काही भागी, पूर्व युरोपचा काही भाग आणि नैर्ऋत्य आशियाचा सध्याचा वाळवंटी भाग होय. पूर्वीचा मानव किंवा सुरुवातीचा मानव या भागात राहत होता; म्हणून असे म्हटले जाते की, जो मानवाचा मूळ प्रदेश आहे, त्या ठिकाणी मानवी समूहाच्या अनेक खुणा या ठिकाणी आढळतात. त्या ठिकाणी आनुवंशिक लक्षणे राखली जातात.

प्रश्नसंच

अ.	**प्रत्येकी २० शब्दांत उत्तरे लिहा.**
	१.	मानवाच्या उत्क्रांतीचे चार टप्पे लिहा.
	२.	'मानवी वंश' व्याख्या लिहा.
	३.	मानवी वंश वर्गीकरणाचे चार मापदंड लिहा.

४. मानवी वंशाची कोणतेही दोन नावे लिहा.

५. कपालांक म्हणजे काय?

६. नासिकांक म्हणजे काय?

ब. प्रत्येकी ५० शब्दांत टीपा लिहा.

१. मानवाची उत्क्रांती.

२. वंश संकल्पना.

३. मानवी शुद्ध वंश.

४. कॉकेसॉईड वंशाचे गट.

५. मंगोलॉईड वंश.

६. निग्रोईड वंश.

७. होमो सॅपिअन.

८. उत्क्रांतीवाद.

क. प्रत्येकी १५० शब्दांत उत्तरे लिहा.

१. वंश वर्गीकरणाचे मापदंड स्पष्ट करा.

२. पुढील वंशाचे उत्पत्तीस्थान व गुणधर्म थोडक्यात स्पष्ट करा.
    अ) नॉर्डिक, ब) मंगोलॉईड, क) निग्रोईड, ड) ऑस्ट्रेलॉईड

३. मानवी उत्क्रांतीचे टप्पे स्पष्ट करा.

४. मानवी वंश म्हणजे काय ते स्पष्ट करा.

ड. प्रत्येकी ३०० शब्दांत उत्तरे लिहा.

१. वंश उत्क्रांतीचा डॉ. ग्रिफीथ टेलर यांचा सिद्धान्त स्पष्ट करा.

२. मानवी वंश म्हणजे काय? तसेच मानवी वंश वर्गीकरणाचे निकष स्पष्ट करा.

३. वांशिक भेदाभेद आणि मानवता या विषयावर चर्चा करा.

४ पर्यावरणानुसार मानवी समायोजन
Form of Adaptation to the Environment

४.१ प्रस्तावना (Introduction)

४.२ थंड प्रदेशातील मानवी जीवन–एस्किमो (Human Life in Cold Region - Eskimo)

४.३ उष्ण कटिबंधीय प्रदेशातील मानवी जीवन – पिग्मी, बुशमेन (Human Life in Tropics - Pygmy, Bushmen)

४.१ प्रस्तावना (Introduction)

भूगोलशास्त्रात निर्मितीपासून पर्यावरणाचा अभ्यास केला जातो. जेव्हा मानव हा भूगोल शास्त्राचा केंद्रबिंदू बनला तेव्हापासून मानवाचा अभ्यास करत असताना तो कोणत्या प्रदेशात राहतो? त्या ठिकाणाचे असणारे पर्यावरण हे त्या ठिकाणी राहणाऱ्या मानवाच्या जीवन प्रणालीवर परिणाम करत असते.

पर्यावरण म्हणजे सभोवताली असणारी परिस्थिती होय. यामध्ये सर्व गोष्टींचा समावेश होतो. त्यामध्ये नैसर्गिक व मानवनिर्मित गोष्टींचा समावेश होतो. त्यामध्ये काही घटक सजीव व निर्जीव असतात. या सर्व घटकांमध्ये परस्परसंबंध असतो व त्यातून पर्यावरणाची निर्मिती होत असते.

पर्यावरणशास्त्राची व्याख्या (Definitions of Environmental Science)

The branch of science concerned with the physical, chemical and biological conditions of the environment and their effect on organisms.

पर्यावरणाचे प्रकार (Types of Environmental Science)

प्रामुख्याने पर्यावरणाचे दोन प्रकार पडतात – १) प्राकृतिक पर्यावरण, २) सांस्कृतिक पर्यावरण.

प्राकृतिक पर्यावरणात निसर्ग निर्मित सर्व गोष्टींचा समावेश होतो. त्यामध्ये वनस्पती, मृदा, जलाशय, खनिजे इ. सर्व निसर्गनिर्मिती घटक या सर्व घटकांनी मिळून प्राकृतिक पर्यावरण बनते. प्राकृतिक पर्यावरणालाच 'नैसर्गिक पर्यावरण' असे म्हटले जाते.

नैसर्गिक पर्यावरणाचा मानवी जीवनावर मोठ्या प्रमाणात परिणाम होत असतो. त्याच्या त्या भागातील लोकांच्या शरीर रचनेपासून ते त्यांचा वस्त्ररचनेपर्यंत परिणाम झालेला आपणास पहावयास मिळतो. मानवी जीवनामध्ये पर्यावरणाची भूमिका महत्त्वाची मानली जाते.

वेगवेगळ्या पर्यावरणीय परिस्थितीनुसार मानवाच्या राहणीमान, आहार पद्धती बदलत असतात याचा अभ्यास आपण पुढील काही मानवी जीवनाच्या आधारे करू.

४.२ थंड प्रदेशातील मानवी जीवनाचा अभ्यास – एस्किमो (Human Life in Cold Region - Eskimo)

पृथ्वीवरील थंड प्रदेश म्हणजे पृथ्वीच्या ध्रुवाजवळील भाग होय. त्या ठिकाणचे हिवाळ्यात तापमान उणे (–) असते; तर उन्हाळ्यातील तापमान सरासरी १० अंश सें. पेक्षा कमी असते. त्या ठिकाणी पाणी हे गोठलेल्या परिस्थितीत असते. म्हणजेच पाण्याचे रूपांतर हे बर्फामध्ये झालेले असते. त्या ठिकाणचा भूप्रदेश बर्फाच्छादित असतो; अशा प्रतिकूल परिस्थितीत देखील मानवी जीवन असलेले पहावयास मिळते. पृथ्वीच्या उत्तर ध्रुवाजवळील असलेल्या भागास टुंड्रा प्रदेश या नावाने ओळखले जाते. टुंड्रा प्रदेशात प्रामुख्याने सामी, लॅप्स, सॅमॉईड, याकूत, कोरयाक, टुंगुस, एस्किमो इ. आदिवासी जमातीचे लोक राहतात.

एस्किमोंची जीवनप्रणाली (Lifestyle of Eskimo)

एस्किमोची जीवनप्रणाली याचा सविस्तर अभ्यास आपण पुढीलप्रमाणे करणार आहोत –

१. **स्थान व प्रदेश (Location) :** एस्किमो ही जमात आर्टिक महासागराच्या चारही बाजूस पसरलेली आहे. यामध्ये प्रामुख्याने सैबेरियाचा उत्तरेकडील व ईशान्येकडील भाग, अलास्का (United States), कॅनडा व ग्रीनलँड या भागांचा समावेश होतो. एस्किमो हे लोक स्वतःला 'इन्युन' किंवा 'इन्युट' नावाने संबोधतात.

इ.स.२०११ च्या जनगणनेनुसार एस्किमोची लोकसंख्या १४ लक्ष होती.

२. **नैसर्गिक पर्यावरण (Natural Environment) :** थंड प्रदेशातील नैसर्गिक परिस्थिती ही मानवी जीवन, वनस्पती व प्राणी जीवनास प्रतिकूल अशी आहे. त्या ठिकाणच्या हवामानामध्ये दीर्घ काळ हिवाळा ऋतू असतो. हिवाळ्यात दीर्घ काळ रात्र

व अल्पकाळ दिन असतो. हिवाळ्यात टुंड्रा प्रदेश बर्फाने अच्छादित असतो. सैबेरियाच्या भागात तापमान हे ६० अंश सें. पर्यंत खाली जाते. हिवाळ्यात या ठिकाणी बर्फाची वादळे येतात. वाऱ्याचा वेग हा ताशी १२०-१६० किमी. पर्यंत असतो. या वेगवान वाऱ्यामुळे जीवसृष्टीला मोठा धोका असतो. उन्हाळ्यात तापमान गोठणबिंदूच्या वर असते त्यामुळे काही भागातील बर्फ वितळून पाणी साचत व दलदलीचा भाग तयार होतो. त्याचबरोबर बर्फ वितळल्याने अल्प कालावधीसाठी फुले, फळे, झाडे वाढवतात. यामध्ये शेवाळे, हिंचेस, डॅडेलियन्स, विविध प्रकारची फुलझाडे, गवत असते.

त्याचबरोबर अनेक प्रकारचे प्राणी या भागात आढळतात. या प्राण्यांना थंडीपासून संरक्षणासाठी लांब केसाळ कातडी त्वचेखाली चरबीचा जाड थर असतो. रेनडिअर, कस्तुरी प्राण्याच्या कातडीखाली जाड थर आढळतो. ध्रुवीय ससे, लोमडी यांना पांढरे केस असतात. प्राणीजीवनात प्रामुख्याने ध्रुवीय अस्वले, रेनडिअर, कस्तुरीमृग, सील, कॅरिबू, कोल्हे इ. आढळतात.

३. **शारीरिक लक्षणे आणि वंश (Physical traits and Race) :** एस्किमोंची त्वचा ही पिवळसर तपकिरी असते. डोळ्यांचा रंग तपकिरी असतो. नाक-चपटे, चेहरा-सपाट, लांब व रुंद, उंची सुमारे १५२ ते १६२ सेमी. आणि डोक्याचे केस हे जाडेभरडे असतात. या सर्व लक्षणांवरून एस्किमो ही जमात आणि त्याच बरोबर त्या प्रदेशातील इतर जमातीचा वंश हा मंगोलॉईड आहे.

४. **आहार व वस्त्र (Food and Clothing) :** एस्किमो हे लोक शिकार करून त्याचे मांस खातात. एस्किमो म्हणजे 'कच्चे मांस खाणारा' असा अर्थ होतो. एस्किमो हे सील, कॅरिबू, वॉरलस, ध्रुवीय अस्वले, ससे, कोल्हे, व्हेल मासा इ. प्राण्यांचे कच्चे मांस खातात. शिकार ही अल्प प्रमाणात उपलब्ध असल्यामुळे ती प्रदीर्घ हिवाळ्यासाठी संग्रहित करून ठेवली जाते.

५. **निवारा (Shelter) :** एस्किमो लोक हे थंड बर्फाच्छादित प्रदेशात राहतात. त्यामुळे त्यांच्या घराच्या रचनेवर त्याचा परिणाम झालेला आपणास पहावयास मिळतो. प्रामुख्याने हिवाळ्यात हे लोक बर्फाच्या तुकड्यापासून घर बनवतात. या घराला 'इग्लू' असे म्हणतात. या घरामध्ये आतून चमडीचे अस्तर लावले जाते. त्यामुळे आतील वातावरण उबदार राहते. त्याचबरोबर हे लोक सील माशाची चरबी जाळून घरे उबदार ठेवतात. या घरातील तापमान सरासरी १३ अंश सें. पर्यंत असते.

उन्हाळ्यात हे लोक रेनडिअर, वॉरलस, सील, कॅरिबू यांच्या कातडीपासून बनवलेल्या तंबूत राहतात. त्याला 'ट्यूपिक' म्हणजेच 'तंबू' म्हणून ओळखले जाते.

६. **आर्थिक क्रिया (Economic Activities) :** एस्किमो राहत असलेला भाग प्रामुख्याने अधिकांश काळ बर्फाने आच्छादित असतो. त्या ठिकाणी अल्पकाळ उन्हाळा व दीर्घ काळ हिवाळा असतो. असे प्रतिकूल पर्यावरण असल्यामुळे त्या ठिकाणी प्राथमिक स्वरूपाचे व्यवसाय केले जातात. त्यामध्ये मासेमारी, प्राण्यांची शिकार करणे हे प्रमुख होय.

अ. **शिकार :** एस्किमो हे लोक प्रामुख्याने अन्न व कातडी मिळविण्यासाठी रेनडिअर या प्राण्यांवर मोठ्या प्रमाणात अवलंबून असतात. रेनडिअरचे कळप असतात. ते गवताच्या शोधार्थ आपल्या पुढील पायांच्या साहाय्याने बर्फ उकरून गवत व शेवाळ खातात. त्याचबरोबर कॅरिबू प्राण्याची शिकार देखील एस्किमो हे लोक करत असतात. एस्किमो हे लोक रेनडिअर प्राणी पाळतात देखील आणि रेनडिअर हीच त्यांची संपत्ती असते.

एस्किमो हे रेनडिअर व कॅरिबू बरोबरच अन्य प्राण्यांची देखील शिकार करतात. त्यात ससे, कोल्हे, बदके, हंस, हरीण इत्यादी प्राण्यांचा त्यांच्या शिकारीत समावेश असतो.

ब. **मासेमारी :** एस्किमो हे लोक हिवाळ्यात मासेमारी करतात. हिवाळ्यात तापमान कमी झाल्यामुळे वाहते पाणी व सरोवरातील पाणी गोठले जाते. परंतु त्या बर्फाच्या थराच्या खाली पाणी हे द्रवरूप अवस्थेत असते. त्यामुळे त्या पाण्यात मासे राहतात व हवा/श्वास घेण्यासाठी वरील बर्फाला छिद्र पाडतात. असे हे छिद्र एस्किमोचे कुत्रे शोधून काढतात व एस्किमो त्या छिद्रांवर नजर ठेवून त्या ठिकाणी श्वास घेण्यासाठी मासे आले की त्यांची शिकार करतात. या शिकारीसाठी त्यांना प्रदीर्घ काळ वाट पहावी लागते. या मासेमारीमध्ये पुढील माशांचा समावेश होतो. सील, व्हेल, वॉलरस इ. प्रमुख शिकारीचे मासे आहेत.

७. **हत्यारे/अवजारे (Tools) :** एस्किमो हे लोक प्रामुख्याने शिकारीसाठी 'हारपून' भाले वापरतात. हे भाले फेकून मारण्यासाठी देखील उपयोगी ठरतात. त्याचबरोबर इतर देखील अवजारांचा एस्किमो वापर करतात. त्यामध्ये धनुष्यबाण, थेड्या, बर्फाळ प्रदेशात उपयोगी बूट, स्लेजगाड्या, क्याक इ.चा समावेश होतो.

८. **सांस्कृतिक व सामाजिक जीवनपद्धती (Social-Cultural Life) :** या समाजात वृद्धांचा आदर केला जातो. वेगवेगळ्या समारंभाच्यावेळी वृद्ध लोक अध्यक्षस्थानी असतात. हे लोक युवकांना शिकारीचे प्रशिक्षण देण्याचे काम देखील करतात.

एस्किमो लोकांचे अनेक गट असून ते गट/समूह उत्सव, समारंभ साजरे करण्यासाठी एकत्र येतात. त्यांच्यात तंटे, वादविवाद फारच कमी प्रमाणात होतात. एस्किमोंमध्ये

खाद्य अन्नाची प्राप्ती हे प्रमुख ध्येय मानले जाते व त्यावरच त्यांची प्रतिष्ठा मानली जाते.

ज्यावेळेस अन्नाची कमतरता जाणवते त्या वेळी वृद्ध व्यक्तींची हत्या असे प्रकार घडतात. एस्किमो हे चोरी, लूट यापासून दूर आहेत. हे लोक जादूटोण्यावर विश्वास ठेवतात. यांमध्ये लग्न हे ठरवून केले जातात. अशा प्रकारची जीवनपद्धती ही एस्किमो लोकांमध्ये आढळते.

४.३ उष्ण कटीबंधातील मानवी जीवन (Human Life in Tropics)

उष्ण कटिबंधीय प्रदेशामध्ये २३$^१/_२$ अंश उत्तर अक्षवृत्त ते २३$^१/_२$ अंश दक्षिण अक्षवृत्ता दरम्यानच्या प्रदेशाचा समावेश होतो. या प्रदेशामध्ये विषुववृत्तावरील सदाहरित वनांपासून ते २३$^१/_२$ अंश उत्तर व दक्षिण अक्षवृत्तादरम्यान असलेल्या वाळवंटी प्रदेशाचा समावेश होतो. या पाठात आपण या प्रदेशात राहणाऱ्या दोन प्रमुख जमातींचा अभ्यास करणार आहोत.

पिग्मी (Pygmy)

पिग्मी ही आदिवासी जमात विषुववृत्तीय घनदाट वनांच्या प्रदेशात राहते. हे लोक प्राथमिक दर्जाचे जीवन जगत आहेत. सामान्य मानवी जीवनाच्या तुलनेत ही जमात खूपच मागे आहे. पिग्मी लोक अन्नासाठी वनस्पती व प्राण्यांवर अवलंबून आहेत.

यांच्या जीवनपद्धतीचा अभ्यास आपण पुढील मुद्द्यांच्या आधारे करूया –

१. स्थान व प्रदेश (Location) : पिग्मी ही जमात आफ्रिका खंडाच्या विषुववृत्तीय प्रदेशात राहते. यांचे अक्षवृत्तीय स्थान हे ३ अंश उत्तर ते ३ अंश दक्षिण या विषुववृत्तीय प्रदेश आहे. पिग्मी लोकांचे प्रमुख क्षेत्र म्हणजे कांगो नदीचे खोरे होय.

पिग्मी हे लोक वेगवेगळ्या भागात विभागले गेले आहेत. त्यामध्ये आफ्रिकेच्या पश्चिम, मध्य व पूर्व भागातील पिग्मी असे वर्गीकरण केले जाते.

अ.   आफ्रिकेच्या पश्चिमेकडील भागातील 'बोंगो' (Bongo) पिग्मी गॅबॉन भागात राहतात.

ब.   मध्य भागातील पिग्मी हे कांगो खोऱ्यात वसलेले आहेत.

क.   आफ्रिकेच्या पूर्व भागातील झैरेच्या खोऱ्यात हत्तुरी वनक्षेत्रात माबूजी हे लोक राहतात.

२. नैसर्गिक पर्यावरण (Natural Environment) : पिग्मींचे वसतिस्थान हे विषुववृत्ताच्या जवळील असल्याने त्या ठिकाणचे हवामान हे विषुववृत्तीय प्रकारचे सम, उष्ण व दमट असते. त्या ठिकाणी वर्षभर पाऊस पडतो व वर्षभर सूर्यकिरणे लंबरूप स्वरूपाची पडतात. त्या ठिकाणचे तापमान सरासरी २६ अंश ते २७ अंश सें. असते.

विषुववृत्तावर दिनमान व रात्रीमान समसमान म्हणजेच १२–१२ तासांचे असते. या ठिकाणी वार्षिक पर्जन्य सुमारे २५० सेमी. पर्यंत असते. विषुववृत प्रदेशात उन्हाळा हा एकच ऋतू असतो. वर्षभर पावसामुळे दलदल, दाट वनांमुळे सूर्यप्रकाशाचा अभाव व हवेच्या दमटपणामुळे वातावरण रोगट स्वरूपाचे बनते.

वर्षभर पाऊस असल्याने विषुववृत्तीय भाग सदाहरित अरण्यांनी वेढलेला आहे. जगातील सर्वोत्कृष्ट वनांपैकी एक हे मध्य आफ्रिकेतील अरण्याचा प्रदेश होय. या घनदाट वनांमुळे त्या ठिकाणचे वातावरण हे रोगट बनते. या वनांची रचना ही त्रिस्तरीय असते. या वनांची उंची जास्त असल्याने सूर्यप्रकाश हा झाडाच्या खोडापर्यंत पोहचत नाही. पर्यायाने दिवसा देखील त्या ठिकाणी अंधार असलेला पहावयास मिळतो. या प्रदेशात अनेक प्रकारचे प्राणी आढळतात. त्यात प्रामुख्याने रंगबेरंगी पक्षी, हत्ती, सूर्य, रानडुकरे, अजगर, माकडे इत्यादी प्राणी आढळतात. नदीच्या काठी सुसरी, कासव, पाणघोडे जास्त प्रमाणात आढळतात. या ठिकाणच्या रोगट वातावरणामुळे या ठिकाणी डासांचे प्रमाण मोठ्या प्रमाणात असलेले पहावयास मिळते.

३. **वंशिक व शारीरिक लक्षणे (Racial and Physical Traits)** : पिग्मी हे लोक जगात बुटके लोक म्हणून प्रसिद्ध आहेत. त्या ठिकाणच्या प्रतिकूल पर्यावरणामुळे पिग्मी हे लोक हाडकुळे, रोगट व खुजे आहेत. त्यांची उंची १.३३ मीटर ते १.४९ मीटरपर्यंत असते. त्यांच्या त्वचेचा रंग हा पिवळसर किंवा लालसर तपकिरी ते गडद तपकिरी असतो. पिग्मींचे नाक हे चपटे असते. डोळे मोठे व काळे लोकरीसारखे केस ही त्यांची शारीरिक लक्षणे होत; यावरून ते निग्रॉईड वंशांचे आहेत हे सिद्ध होते.

४. **अन्न व वस्त्र (Food and Clothing)** : पिग्मी हे लहान लहान घर करून राहतात व ते लोक वनक्षेत्रात अन्न गोळा करणे व त्याचे संकलन व शिकार करणारे लोक आहेत. अन्नाच्या शोधार्थ हे लोक स्थलांतर करतात. शिकारीसाठी ते धनुष्य व विषारी बाणांचा वापर करतात. पिग्मींचे मुख्य अन्न हे मांस आहे. हे मांस त्यांना पशू व पक्ष्यांच्या शिकारीतून मिळते ते अन्न पिग्मी लोक भाजून खातात. वनस्पतीजन्य अन्न हे वृक्षांच्या फळापासून प्राप्त करतात. त्याचबरोबर वेळप्रसंगी पिग्मी लोक मासेमारी देखील करतात.

पिग्मी जमातीतील काही गट हे वस्त्रहीन अवस्थेत राहत असलेले आढळून येतात. स्त्रिया ह्या शरीराभोवती पाने व साली गुंडाळतात. शोभेसाठी पुरुष व स्त्रिया पानांचे व वेलींच्या बियांचे हार गळ्यात घालतात. या लोकांना जादूटोणा मान्य आहे.

५. **घरांची रचना (Types of Shelter)** : पिग्मी लोकांच्या अस्थायी वसाहती असतात. वनक्षेत्रात अन्नाच्या शोधार्थ भटकावे लागते त्यामुळे त्यांची वस्ती नसते. हे

लोक झाडावर आपल्या घरांची बांधणी करतात; कारण त्या ठिकाणी पाऊस हा सतत पडत असतो व त्यामुळे दलदल निर्माण होते; म्हणून हे लोक झाडांवर घरे बांधतात. पिग्मींची घरे म्हणजे एक प्रकारच्या झोपड्या असतात. या घरांचा गवत, पानांपासून व सालींपासून छत व बाजूचा भाग म्हणजेच भिंती बांधल्या जातात. यांच्या घरात गवतापासून बनविलेले पलंग, धनुष्यबाण, पाणी ठेवण्यास भांडे, अंथरुणासाठी प्राण्यांचे कातडे वापरतात.

६. अवजारे/शस्त्रे (Tools) : पिग्मी लोकांकडे जास्त प्रमाणात शस्त्रे नसतात. त्यांच्याकडे धनुष्यबाण, भाला, लाकडी तोफा व प्राण्यांच्या हाडांपासून बनविलेली शस्त्रे असतात. शिकार करत असताना पिग्मी लोक धनुष्यबाणाला व भाल्याला विषारी वनस्पतींचा रस किंवा विषारी कीटकांचा वापर करतात.

७. आर्थिक क्रिया (Economic Activities) : आर्थिक क्रियांमध्ये पुढील घटकांचा समावेश होतो.

अ. शिकार : बहुतांशी पिग्मी हे शिकारीतून आपला उदरनिर्वाह करतात. पिग्मी लोकांची शिकार नियमित व लहान प्राण्यांपुरती मर्यादित असते. त्यांच्या शिकारीमध्ये पुढील प्राण्यांचा समावेश होतो. त्यात प्रामुख्याने माकडे, खारी, उंदीर, पाली, रानडुक्कर, चिंपांझी व गोरिला सारखी माकडे यांची शिकार करतात. शिकारीसाठी साधे किंवा खटक्याचे सापळे वापरतात. हत्तीसारख्या प्राण्याची शिकार पिग्मी हे अतिशय चपळाईने करतात. ते हत्तीला आंधळे करतात व नंतर खड्ड्यात पाडतात व बाणाच्या साहाय्याने शिकार करतात.

ब. मासेमारी : पिग्मी लोक हे अन्नासाठी किंवा उदरनिर्वाहासाठी नद्या, अंतर्गत जलाशयामध्ये मासेमारी करतात.

क. अन्नाची साठवण : पिग्मी वनक्षेत्रात राहत असल्यामुळे प्रामुख्याने स्त्रिया ह्या कंदमुळे, फळे गोळा करण्याचे काम करतात.

ड. शेती : युरोपियन लोकांच्या संपर्कामुळे काही पिग्मी लोक शेती करू लागले. हे लोक शेतामध्ये रबराच्या झाडापासून चीक गोळा करण्याचा व्यवसाय करतात.

इ. व्यापार : पिग्मी लोक हे शेजारील भागात असणाऱ्या लोकांना मांस देतात व त्या बदल्यात ते लोक पिग्मींना धान्य देतात.

पिग्मी लोक हे पर्यावरणाशी जुळवून घेऊन प्रतिकूल परिस्थितीत राहतात. त्यामुळे त्या लोकांमध्ये आजार मोठ्या प्रमाणात असतात. पिग्मी लोक हे पर्यावरणाचा ऱ्हास न करता त्याचा उपभोग घेतात.

बुशमेन (Bushmen)

आफ्रिका खंडातील दक्षिण गोलार्धातील कलहरी वाळवंटात ही आदिवासी जमात राहते. त्यांची लोकसंख्या सुमारे ८२,००० इतकी आहे. बुशमेन लोकांना 'सान' म्हणून ओळखले जाते. सतराव्या शतकात वसाहतवाद्यांनी दक्षिण आफ्रिकेतील सडपातळ व कमी उंचीच्या शिकारी लोकांना 'बुशमेन' म्हटले. या बुशमेन लोकांचा जीवनाचा अभ्यास आपण यात पाहणार आहोत. तो पुढील मुद्द्यांआधारे –

१. **स्थान व प्रदेश (Location and Region) :** बुशमेन ही आदिवासी जमात आफ्रिका खंडातील कलहरी वाळवंटात आढळते. त्यांचे अक्षवृत्तीय स्थान हे १८ अंश दक्षिण अक्षांश ते २४ अंश दक्षिण अक्षांशाच्या दरम्यान आहे. या प्रदेशात प्रामुख्याने नामिबिया, बोट्स्वाना, अंगोला व त्याला लागून असणारा भाग यांचा समावेश होतो.

२. **प्राकृतिक पर्यावरण (Physical Environment) :** बुशमेन राहत असणारा प्रदेश हा वाळवंटी भाग आहे. त्यामुळे त्या ठिकाणाचे हवामान उष्ण कटिबंधीय स्वरूपाचे आहे. कलहरी वाळवंटातील वार्षिक पर्जन्य हे १० ते २५ सेमी. असते. दिवसाचे तापमान हे सरासरी ५० अंश सें. तर रात्रीचे ७ अंश सें. पर्यंत जाते. या भागात 'ओॲसिस' (मरूस्थाने) ही पाण्याची प्रमुख ठिकाणे असतात. या वाळवंटी प्रदेशात डिसेंबर ते फेब्रुवारी या काळात पाऊस पडतो. उरलेले ९ महिने कोरडा ऋतू असतो.

कलहरी वाळवंटाच्या पूर्वेकडील पर्वतीय भागात दाट वने आहेत. तर पश्चिमेकडील भागात पावसाचे प्रमाण कमी आहे. यामुळे गवत, काटेरी झुडपे आढळतात. बुशमेन हे लोक प्रामुख्याने खरबुज 'त्साभा' व 'नारा' मोठ्या प्रमाणात पिकवितात.

या प्रदेशात वनांचे प्रमाण कमी असल्यामुळे प्राणी जीवन देखील कमी प्रमाणात आढळते. बुशमेनच्या निवासक्षेत्रात ऋणभक्षक व मांसाहारी प्राणी जीवन आढळते. यामध्ये हरिणांच्या विविध जाती, जिराफ, झेब्रा, हत्ती, गेंडा व शहामृग इत्यादी प्राणी आढळतात. मांसाहारीमध्ये सिंह, बिबट्या, पाली, बेडूक, माशा, टोळ यासारखे लहान प्राणी बुशमेन लोक खातात.

३. **वंशिक व शारीरिक लक्षणे (Racial and Physical Traits) :** बुशमेन हे पीतवर्णी, सडपातळ, कमी उंचीचे बुटके, खुजे लोक आहेत. बुशमेन लोकांचे केस हे काळे व कुरळे असतात. चेहरा रुंद, नाक रुंद, ओठ जाड नसतात. डोळ्यांची ठेवण तिरकस असते. या लक्षणावरून ते निग्रो व नेग्रिटो वंशाचे आहेत असे समजते.

४. **आहार, वस्त्र व निवारा (Food, Cloth and Shelter) :** बुशमेन हे लोक सर्वभक्षी आहेत. त्यांचा मुख्य आहार हा मांस आहे. त्याचबरोबर कासवे, बेडूक, पाली,

किडे, शहांमृगाची अंडी गोळा करतात. स्त्रिया या कंदमुळे, बोरे, करवंदे, खरबूज इत्यादी अन्नपदार्थ गोळा करण्याचे काम करतात. जेव्हा शिकार मिळत नाही तेव्हा बुशमेन मुंग्या, पाली, बेडूक, माशा, टोळ खातात व नाहीच मिळाले तर ते उपाशी राहतात.

बुशमेन हे अल्प प्रमाणात कपडे वापरतात. हे कपडे कातडीचे असतात. पुरुष व स्त्रिया ह्या चोळीसारखे वृक्षवस्त्र वापरतात. त्यांच्या पायात कातडी चप्पल असते. रात्रीच्या थंडीपासून बचाव करण्यासाठी कातडी कांबळ वापरतात. बुशमेन सहसा आंघोळ करीत नाहीत.

बुशमेन लोक पक्की घरे बांधत नाहीत. प्रतिकूल पर्यावरणापासून बचाव करण्यासाठी हे लोक झोपड्या किंवा गुहांमध्ये आश्रय घेतात. झोपड्या ह्या लाकूड व गवतांपासून बनवितात. झोपड्यांचे आकार हे गोलाकार असतात. बुशमेन टोळी व त्यांच्या प्रदेश एक छोटे राज्यच असते. यात अनेक कुटुंब असतात. एका टोळीत वीस किंवा कमी लोकांचा गट असतो. झोपडी उभारताना प्रथम तेथे अग्नी पेटवतात व मगच झोपड्या बांधतात.

५. **आर्थिक क्रिया (Economic Activities) :** आर्थिक क्रियांमध्ये पुढील घटकांचा समावेश होतो.

अ. **शिकार :** बुशमेन हे लोक उदरनिर्वाहासाठी शिकार करतात. बुशमेनांच्या वस्तीप्रदेशातील ऋतूनुसार प्राण्यांच्या संख्येत बदल होतो. वन्यप्राण्यांची शिकार हा बुशमेनांचा प्रमुख व्यवसाय आहे. शिकारीसाठी त्यांचा प्रदेश हा ठरलेला असतो. सहसा ते दुसऱ्या टोळीच्या प्रदेशात शिकारीसाठी जात नाहीत. गेलेच तर त्यांच्यात संघर्ष निर्माण होतात. बुशमेन शिकारीसाठी धनुष्यबाणाचा वापर करतात. बाणाच्या टोकाला सौम्य स्वरूपात विष लावतात. हे विष ते वनस्पतीच्या रसातून, सापापासून किंवा कोळ्यांच्या शरीरातून मिळवितात.

ब. **अन्नाच्या शोधार्थ भटकंती :** एखाद्या प्रदेशात शिकार किंवा अन्न गोळा केल्यानंतर त्या प्रदेशात फारसे काही उरत नाही. त्यामुळे ते नंतर दुसऱ्या प्रदेशात स्थलांतर करतात. अन्न हे कमी प्रमाणात उपलब्ध असल्याने त्यांचे समूह हे लहान आकाराचे असतात. पावसाळ्यात बुशमेन हे जलाशयात मासेमारी करतात.

६. **अवजारे (Tools) :** बुशमेन लोकांचे प्रमुख शस्त्र हे धनुष्यबाण, काठ्या, सुरे, भाले, कुदळ हे आहेत. धनुष्यबाण हा हाडापासून किंवा लाकडापासून बनवितात. दोरी ही प्राण्यांच्या आतड्याची असते. बाणाचे टोक हे हाडाचे असते. भाले हे दीड ते दोन मीटर लांबीचे असतात. बुशमेनांच्या घटातील भांडे हे कमी प्रमाणात असतात. त्यात शहामृगाच्या अंड्याचे कवच, हरणाच्या कातड्याची पिशवी, लाकडी पेले इत्यादी साहित्य असते.

७. **सामाजिक जीवन (Social Life)**

अ. **कौटुंबिक जीवन पद्धती :** बुशमेन जमातीमध्ये लग्नानंतर वर मुलगा हा वधू मुलीच्या पित्याच्या घरी काही काळासाठी राहावयास जातो. मुलाने शिकारीत चांगले कौशल्य प्राप्त केल्याशिवाय मुलाचे लग्न होत नाही. वडील मुलाला लहानपणापासूनच शिकारीस जाताना बरोबर घेऊन जातात. बुशमेन हे कुटुंबासाठी मण्याच्या माळांची निर्मिती करतात. त्यांना एकत्रित करण्याचे किंवा वेचून आणण्याचे काम स्त्रिया करतात.

ब. **समाजव्यवस्था :** बुशमेन समाजामध्ये महत्त्वपूर्ण निर्णय घेण्याचे काम हे कुटुंबातील ज्येष्ठ व्यक्ती करतात. वडिलधाऱ्यांचे समूहातील स्थान हे कमरच्या कातडीवरून व नक्षीदार टोपीवरून ओळखले जाते. बुशमेनांची समाजव्यवस्था प्राचीन व मागासलेली आहे. ते लोक टोळ्यांनी राहतात.

क. **अंधश्रद्धा व रूढी परंपरा :** बुशमेनांचा भूत-पिशाच्च यावर विश्वास आहे. शिकारीस जाताना सफलता मिळावी म्हणून जादूटोणासारखे प्रयोग करतात. ज्या प्राण्याची शिकार करावयाची आहे त्या जातीच्या प्राण्याची मांसाची राख करून तोंडाला, जखमेवर लावतात. बुशमेन हे खूप अंधश्रद्धाळू आहेत.

अशा प्रकारची एकंदरीत बुशमेन लोकांचे जीवन असते. त्या ठिकाणी असणाऱ्या प्रतिकूल पर्यावरणाला सामोरे जाऊन बुशमेन लोक जीवन जगत आहेत.

प्रश्नसंच

अ. **प्रत्येकी २० शब्दांत उत्तरे लिहा.**

१. एस्किमो जमातीची वसतिस्थाने लिहा.

२. उष्ण कटिबंधामध्ये आढळणाऱ्या दोन आदिवासी जमातींची नावे लिहा.

३. एस्किमो जमातींची दोन व्यवसायांची नावे लिहा.

४. इग्लू म्हणजे काय ?

ब. **प्रत्येकी ५० शब्दांत टिपा लिहा.**

१. एस्किमोंचे भौगोलिक पर्यावरण.

२. पर्यावरण.

३. पिग्मी जमाती.

४. पिग्मी आदिवासींचे आर्थिक जीवन.

५. बुशमनचे आर्थिक जीवन.

६. बुशमनचे सामाजिक व आर्थिक जीवन.

७. पिग्मी जमातींच्या घरांची रचना.

क.   प्रत्येकी १५० शब्दांत उत्तरे लिहा.
  १. एस्किमोंच्या आर्थिक क्रियांचे विवेचन स्पष्ट करा.
  २. बुशमेनच्या आर्थिक व सामाजिक जीवनाचा वृत्तान्त स्पष्ट करा.
  ३. एस्किमो लोकांचे जीवन तेथील पर्यावरणीय घटकांवर कसे अवलंबून असते याची माहिती द्या.
  ४. पिग्मी जमातींचे पुढील मुद्दे स्पष्ट करा –
      अ) स्थान व प्रदेश, ब) घरांची रचना, क) अवजारे/शस्त्र
ड.   प्रत्येकी ३०० शब्दांत उत्तरे लिहा.
  १. उष्ण वाळवंटी प्रदेशातील मानवी जीवनाचे वर्णन स्पष्ट करा.
  २. थंड प्रदेशातील मानवी जीवनाचे वर्णन करा.

५ भारतातील आदिवासी जमाती
Tribes in India

५.१ प्रस्तावना (Introduction)

आधुनिक मानव हा उत्क्रांत झालेला आहे हे आपण पाहिले. मानव समूहाने राहू लागला तेव्हा समाज अस्तित्वात आला; इतर प्राण्यांच्या तुलनेने मानव तसा दुर्बल प्राणी. परंतु बुद्धी व समूहाने राहण्याची शक्कल त्याला अवगत झाली म्हणून त्याचे इतर प्राण्यांवर वर्चस्व प्रस्थापित झाले; इतर प्राण्यांपेक्षा दुसरा एक महत्त्वाचा फरक मानवात आहे, तो म्हणजे त्याला अवजारांचा, शस्त्रांचा वापर करण्याचे ज्ञान होय. या दोन्ही वैशिष्ट्यांतून निर्माण झालेले तिसरे वैशिष्ट्य म्हणजे मानवी संस्कृती. ही तिन्ही वैशिष्ट्ये जेव्हा सुरू झाली ती आद्य संस्कृती. हा सांस्कृतिक वारसा आपल्याला मिळाला तो आदिवासींकडून. निसर्गातील शक्तींशी दोन हात केव्हा करायचे आणि तडजोड केव्हा करायची या अनुभवातून फुललेली ही संस्कृती आहे. याच संस्कृतीमधून आधुनिक मानव उदयास आला, म्हणून या संस्कृतीचा अभ्यास मानवी भूगोलात केला जातो. पर्यावरणातील मृदासंपदा व वनसंपदा यावर आधारित मानवी जीवन कसे होते हे समजून घेण्यासाठी हा अभ्यास आवश्यक आहे.

अशा आदिवासी संस्कृतीचे दर्शन आपल्याला घडावे म्हणून विविध आदिवासी जमातींचा अभ्यास केला जातो. अशी संस्कृती सध्या कोठे अस्तित्वात आहे? ज्या प्रदेशांची इतर प्रदेशांशी आदानप्रदान झालेली नाही, जे प्रदेश एकाकी आहेत अशा

प्रदेशांमध्ये अजनूही आदिवासी जीवन आढळून येते. त्यांचे अस्तित्व धोक्यात येईल इतपत त्यांच्या पर्यावरणाचा ऱ्हास विकसित जगताने केलेला आहे. महाराष्ट्राच्या धरणांमधील पाणी वापरून अनेक प्रदेश विकसित झाले, परंतु त्या धरणासाठी जमिनी बुडाल्या त्या आदिवासींच्या ! वनसंपत्ती हा तर त्यांच्या जीवनाचा परंपरागत आधार. हा आधार खिळखिळा करण्याचे श्रेय जाते विकसित समाजाला. कागदाच्या उत्पन्नासाठी चालू असलेली बांबूची तोड किंवा काड्यापेट्यांच्या कारखान्यासाठी मान्सून पानझडी वृक्षांची झालेली तोड ही त्याची बोलकी उदाहरणे आहेत. अशा समस्याग्रस्त आदिवासींचे जीवन आपण समजून घेण्याचा प्रयत्न करू या. त्यासाठी काही निवडक जमातींची माहिती या प्रकरणात दिलेली आहे.

५.२ भिल्ल जमात (Bhill Tribes)

भिल्ल जमात भारतातील आदिवासी जमातीपैंकी एक आहे. या जातीची लोकसंख्या ३९,२५,६२५ (१९८१) एवढी आहे. भिल्ल जमात स्थानिक भागातील पर्यावरणाशी मिळतेजुळते घेत आयुष्य जगते.

१. **वसतिस्थान (Location) :** भिल्ल जमात मध्य भारत व त्याच्या लगतच्या डोंगराळ व जंगलमय भागात राहते. राज्यानुसार विचार करता उत्तर महाराष्ट्र, पश्चिम मध्यप्रदेश, पूर्व गुजरात, पूर्व राजस्थान या प्रदेशात राहते. भिल्ल लोकांच्या उत्पत्तिस्थानाबद्दल बरीच मतभिन्नता दिसते. काहींच्या मते भिल्लांचे मूळ स्थान भारतच असावे, तर काहींच्या मते, भूमध्यसागरीय हवामान विभागातले असावे.

२. **शारीरिक वैशिष्ट्ये (Physical Traits) :** आजही बरेच भिल्ल रानटी अवस्थेत आढळतात. भिल्ल जातीचे लोक खुजे परंतु धडधाकट असतात. द्रविड वंशाचा प्रभाव असल्यामुळे हे लोक काळ्या वंशाचे, रुंद नाकाचे व काळे आणि लांब केस असलेले असतात. स्थलपरत्वे भिल्लांच्या शारीरिक वैशिष्ट्यांत थोडीफार भिन्नता आढळते. उत्तर महाराष्ट्रातील भिल्ल मध्यम उंचीचे, शरीराचा काळा वर्ण असलेले व रुंद नाकाचे, गुजरातमधील भिल्ल कमी उंचीचे व चपळ असतात. त्यामानाने राजस्थानी भिल्ल उजळ रंगाचे असतात. भिल्ल लोकांमध्ये पुरुषांपेक्षा स्त्रिया कमी उंची असलेल्या व बांधेसूद असतात. भिल्ल आळशी, दारुबाज, बेफिकीर, मात्र अत्यंत प्रामाणिक असतात.

३. **वेषभूषा व दागदागिने (Clothing Style and Jewelry) :** स्थानिक भौगोलिक परिस्थितीनुसार भिल्लांच्या पेहरावात फरक आढळतो. भिल्ल लोक सुती वस्त्राचा वापर करतात. राजस्थान आणि गुजरातमधील भिल्ल गुडघ्यांपर्यंत धोतर नेसतात. या धोतर नेसणाऱ्या भिल्लांना 'पोरिआवाल' असे म्हटले जाते. धोतराबरोबरच अर्ध्या बाह्यांचा

सदरा वापरतात. स्त्रिया घागरा, चोळी व डोक्यावर ओढणीसारखा अर्ध्या साडीचा तुकडा असा पेहराव करतात.

मध्यप्रदेश व उत्तर महाराष्ट्रातील भिल्ल लंगोटीचा वापर करतात. यांचे वास्तव्य डोंगराळ जंगलव्याप्त भागात असल्यामुळे लंगोटी वापरणे हे लोक जास्त सयुक्तिक मानतात. येथील भिल्ल स्त्रिया घागरा, लुगडी व चोळी यांचा वापर करतात.

भिल्ल लोकांना दागदागिने घालणे आवडते. स्त्रियांप्रमाणेच पुरुष दागिन्यांचा वापर करतात. कानात चांदीच्या बाळ्या व हातात कडे घालतात. काही वेळेस पायातही कडे घालण्याची प्रथा आहे. स्त्रिया चांदी किंवा कथलाच्या बाळ्या, नथ, हार यांचा दागिना म्हणून वापर करतात. या स्त्रियांमध्ये हातावर, कपाळावर गोंदून घेण्याची प्रथा आहे.

४. **वस्त्या (Settlements) :** भिल्ल लोक डोंगराळ व जंगलमय भागात राहत असल्यामुळे त्यांच्या वस्त्या विखुरलेल्या स्वरूपाच्या आढळतात. या समाजाची आर्थिक परिस्थिती फारशी चांगली नसल्यामुळे निवास झोपड्यांच्या स्वरूपात असतात. वस्तीचे स्थान झऱ्याजवळ असते. झोपड्या एकमेकांपासून अंतरावर असतात. माती, शेण व बांबूच्या झोपड्या असतात. त्या जमिनीपासून २ ते ३ फूट उंचीवर बांधतात; त्यांना खिडक्या नसतात. घराच्या परसात वेगवेगळ्या प्रकारचा भाजीपाला लावला जातो. यात भोपळा, मिरच्या, टोमॅटो यांचा समावेश असतो. घरांच्या भिंतीवर वेगवेगळ्या प्रकारची चित्रे रंगवली जातात.

५. **विवाहपद्धती (Marriage) :** प्रदेशपरत्वे भिल्लांच्या विवाहपद्धतीत फरक आढळतो. मध्यप्रदेशात मध्यस्थामार्फत विवाह ठरवला जातो. विवाह निश्चित झाल्यावर साखरपुड्याचा कार्यक्रम निश्चित होतो. नवरा मुलगा वधूपक्षाकडे जाऊन भावी सासूला पैसे देतो. तिने ते पैसे स्वीकारले म्हणजे साखरपुड्याचा विधी पूर्ण झाला असे मानले जाते. भिल्ल समाजात नवरदेव नवरीला हुंडा देतो. उन्हाळी हंगाम संपला की, विवाह पार पाडले जात असतात. उत्तर महाराष्ट्रात मागणी घालून विवाह निश्चित केला जातो. योग्य मुहूर्त पाहून साखरपुडा केला जातो. लग्नाच्या दिवशी वधू व वरपक्षाकडील लोक रात्री मोठ्या प्रमाणात नाचगाणी करतात व लग्न लावले जाते.

भिल्ल समाजामध्ये लग्नाच्या जरी विविध पद्धती असल्या तरी प्रमुख तीन पद्धती मानल्या जातात – अ) मागणी करून विवाह, ब) झगडा पद्धत, क) मुलींना संमतीने अथवा जबरदस्तीने पळवून नेऊन विवाह.

६. **देवधर्म (God and Religion) :** भिल्ल लोक वेगवेगळ्या देवांचे उपासक मानले जातात. शंभू महादेव, राम, हनुमान, कालिका, गणेश ह्या भिल्लांच्या देवता, परंतु

महादेव ही त्यांची प्रमुख देवता. कालिका देवीप्रीत्यर्थ होळी हा सण साजरा केला जातो. गुजरात व उत्तर महाराष्ट्रातील भिल्ल डोंगऱ्या देव, वाघदेव, नागदेव, खंडोबा, म्हसोबा इ. यांची पूजा करतात. राजस्थानमधील भिल्ल चामुंडा, महादेव व शितळा देवतांची पूजा करतात. भिल्ल समाजातील काही लोकांनी धर्मांतर करायला सुरुवात केली असून ख्रिश्चन धर्माचा स्वीकार केला आहे.

७. अर्थव्यवस्था (Economy) : भिल्ल लोक डोंगराळ भाग, जंगल प्रदेश व पठारी आणि सपाट भागात वास्तव्यास असल्याने त्यांचा त्यांच्या आर्थिक व्यवहारावर परिणाम झाला आहे. डोंगराळ भागाचा आणि जंगल प्रदेशाचा परिणाम भिल्ल लोकांच्या व्यवसायांवर झालेला आहे. हे लोक शेती, शिकार, पशुपालन व वन्यपदार्थ गोळा करणे यासारखे व्यवसाय करतात.

अ. शेती : या समाजाचे उदरनिर्वाहाचे प्रमुख साधन शेती आहे. शेतीत घेतल्या जाणाऱ्या पिकांमध्ये प्रामुख्याने अन्नधान्याच्या पिकांचा मोठ्या प्रमाणावर समावेश असून यात ज्वारी, मका, बाजरी यासारख्या पिकांचा समावेश होतो. शेतीची पद्धत मागासलेली कोरडवाहू प्रकारची असते. भिल्ल लोक शेतीबरोबरच शेतमजुरी करून आपला उदरनिर्वाह करतात.

ब. पशुपालन : भिल्ल लोक आपला उदरनिर्वाह करण्यासाठी शेती-बरोबरच पशुपालनाचा व्यवसाय करतात. हे लोक गुरे, बकऱ्या, कोंबड्या, शेळ्या, मेंढ्या पाळतात. पशुपालनाचा व्यवसायही उदरनिर्वाहक स्वरूपाचा असतो.

क. शिकार : भिल्ल लोकांचा शिकार हा फार पूर्वीपासून चालणारा व्यवसाय आहे. डोंगरदऱ्यात व जंगलात राहणारे भिल्ल धनुष्य-बाणांच्या साहाय्याने शिकार करतात. सध्या जंगलांचे प्रमाण कमी झाले असल्यामुळे शिकार व्यवसायावर निर्बंध आलेले आहेत. परंतु शिकार त्यांचा आवडता छंद असल्यामुळे लहानशा शिकारीसाठी दिवस-दिवस घालवावा लागतो.

ड. वन्यपदार्थ गोळा करणे : या लोकांचे वास्तव्य जंगलात असल्यामुळे ते जंगलाशी संबंधित व्यवसाय करतात. लाकूडतोड, कोळसा तयार करणे, डिंकगोळा करणे, मध गोळा करणे इ. व्यवसाय केले जातात. मध्यप्रदेशात मोहाची फुले गोळा करणे हा महत्त्वाचा व्यवसाय असून, मोहाच्या फुलांचा उपयोग खाण्यासाठी, दारू तयार करण्यासाठी केला जातो. तेंदूच्या पानांची शेती, मेण, मध गोळा करणे इ. व्यवसायही केले जातात.

८. **सद्य:स्थिती (Contemporary Status) :** पूर्वी भिल्ल लोक अत्यंत मागासलेले जीवन जगत होते. पर्यावरणाशी एकरूप होण्यासाठी त्यांची धडपड चाललेली असायची. वेळप्रसंगी या लोकांना लूट करणे, प्रवाशांना लुबाडणे, चोरी करणे यासारख्या गोष्टी करून जगावे लागत असे.

आज मात्र या लोकांच्या सामाजिक-आर्थिक परिस्थितीत मोठा बदल झालेला आहे. आज हे लोक चांगल्या प्रकारचे कपडे घालू लागले आहेत. पुरुषांच्या पोशाखात जसा बदल घडून आलेला आहे, तसाच स्त्रियांच्या पोशाखातही बदल झालेला आहे.

या लोकांची घरे झोपडीवजा न राहता कौलारू व विटांच्या भिंतीची व्हायला सुरुवात झालेली आहे. शासनाच्या वेगवेगळ्या सवलतींमुळे शिक्षण, शेती, नोकऱ्या यांत मोठा बदल झालेला दिसून येतो. आता हा समाज सामाजिक, आर्थिक, सांस्कृतिकदृष्ट्या चांगल्या प्रकारे पुढारलेला आहे.

५.३ गोंड जमात (Gond Tribes)

भारतात गोंड या आदिवासी जमातीची संख्या सर्वांत मोठी आहे. ती ४८,०९,१६४ (१९८१) एवढी आहे. ही जमात भारतातील इतर आदिवासी जमातींपेक्षा सुसंस्कृत व पुढारलेली म्हणून ओळखली जाते. पूर्वी या जमातीला भारतातील राजकारणात महत्त्वाचे स्थान होते. गोंड लोकांची सत्ता ज्या भागात होती, त्या भागाला 'गोंडवना भूमी' म्हणून ओळखले जाते. या लोकांची भाषा गोंड असल्यामुळे यांना 'गोंड' हे नाव पडले असावे.

१. **वसतिस्थान (Location) :** बरीचशी गोंड जमात मध्यप्रदेशात विस्तारलेली आहे. नर्मदा नदीचे खोरे गोंडांचे मूळ निवासस्थान असून येथून नंतर ते इतर भागात स्थलांतरित झाले. या लोकांचे वसतिस्थान प्रामुख्याने महाराष्ट्राचा पूर्व भाग, मध्यप्रदेशचा दक्षिण भाग, छत्तीसगड, ओरिसाचा नैर्ऋत्य भाग, आंध्र या प्रदेशात आढळते. सर्वसाधारणपणे पैनगंगा, प्राणहिता व गोदावरी नद्यांच्या दरम्यानच्या प्रदेशात गोंड जमात आढळते.

२. **शारीरिक वैशिष्ट्ये (Physical Traits) :** गोंड जमात द्रविडवंशीय मानले जातात. द्रविड वंशानुसार या लोकांची शारीरिक वैशिष्ट्ये निर्माण झालेली आहेत. अर्थात बऱ्याच प्रदेशात ही जमात पसरलेली असल्यामुळे शारीरिक वैशिष्ट्यांत थोड्याफार प्रमाणात फरक आढळतो. सर्वसाधारणपणे मध्यम ते कमी उंची असलेले, रुंद नाक, काळा रंग, लांबट डोके अशी शारीरिक वैशिष्ट्ये आढळतात. पुरुषांपेक्षा स्त्रियांचा रंग थोडा उजळ असतो.

३. **वेषभूषा आणि दागदागिने** (Clothing style and Jewelry) : गोंड लोक सुती वस्त्राचा उपयोग करतात. पांढरे धोतर व सदरा असा गोंड जातीच्या पुरुषांचा पेहराव असतो. डोक्याला फेटा बांधतात. श्रीमंत गोंड वेळप्रसंगी जाकीट व शेरवानी वापरतात. स्त्रिया सुती साड्यांचा वापर करतात. या जमातीचे लोक चांदीचे दागदागिने वापरतात. स्त्रिया नकली मोत्यांचे दागिने वापरतात. जनावरांच्या शिंगांपासून व बांबूपासून कंगवा तयार केला जातो. हे कंगवे डोक्यात खोचण्यासाठी उपयोगात आणले जातात. शरीरावर गोंदवून घेण्याची प्रथा या जमातीत आहे.

४. **वस्त्या** (Settlements) : गोंड जमात इतर आदिवासी जमातींपेक्षा सुधारलेली असल्यामुळे यांची घरे झोपडीवजा पक्क्या स्वरूपाची असतात. यांच्या वस्त्या खेडी स्वरूपाच्या लहान आकाराच्या असतात. हे लोक जुन्या विचारसरणीचे असल्यामुळे रूढी परंपरागत पद्धतीने गावापासून व रस्त्यापासून लांब अंतरावर वस्तीसाठी जागा निवडतात. त्या जागेची विधिवत पूजा केली जाते. हेतू हा असतो की, त्या जागेवरील भूत-पिशाच्च निघून जाईल. पिण्यासाठी व गुरांसाठी भरपूर पाणी उपलब्ध असलेल्या ठिकाणीच वस्तीसाठी जागा निवडली जाते. त्यामुळे बऱ्याच गोंड वस्त्या नदीकाठावर आढळतात. सर्वसाधारणपणे वस्तीसाठी आवश्यक परिस्थितीनुसार दोन घरांच्या रांगेत रुंद रस्ता ठेवला जातो. वस्तीच्या पूर्व दिशेला स्मशानभूमीची जागा निश्चित केली जाते. वस्तीच्या बाहेर तरुणांना राहण्यासाठी एक निवारा बांधलेला असतो. त्याला 'गोटुल' असे म्हणतात. या गोटुलचा उद्देश हल्लेखोरांपासून तरुणांनी वस्तीचे संरक्षण करावे हा असतो.

५. **विवाहपद्धती** (Marriage) : गोंड लोकांतही भिल्ल समाजाप्रमाणेच वधूला हुंडा द्यावा लागतो. स्त्री ही पुरुषांना त्यांच्या कामात/श्रमात हातभार लावते; म्हणून वधूला हुंडा देऊन आपल्याकडे पत्नी म्हणून आणायचे, अशी या समाजाची प्रथा आहे.

विवाह करण्याच्या पद्धतीवरून सर्वसाधारणपणे विवाहाचे तीन प्रमुख प्रकार पाडले जातात – अ) बोलणी करून ठरलेले लग्न, ब) सेवाविवाह किंवा घरजावई करून आणि क) अपहरण पद्धत.

अ. **बोलणी करून ठरवलेले लग्न** – या समाजात बोलणी करून विवाह ही पद्धत रूढ आहे. या विवाहपद्धतीत पसंत पडलेल्या मुलीला मागणी घातली जाते. साखरपुडा व विवाह हे दोन्ही कार्यक्रम वरपक्षाकडे पार पाडले जातात. लग्नासाठी येणारा सर्व खर्च वर पक्षालाच करावा लागतो. वरपक्षाकडून वधूला हुंडा दिला जातो.

ब. **सेवाविवाह / घरजावई पद्धत** – या पद्धतीत जावयाला सासू-सासऱ्याची सेवा करण्यासाठी बोलावले जाते; म्हणून या विवाहपद्धतीला सेवाविवाह असे

म्हणतात. जावयाला सासऱ्याकडे जावे लागते म्हणून याला 'घरजावई' असेही म्हटले जाते. या मुलीच्या वडिलांस मुलगा नसतो तो जावयास घरी आणतो. हा जावई घरची सर्व कामे आणि देखभाल करतो.

क. **अपहरण पद्धत –** या प्रथेत मुलीला पळवून नेऊन लग्नसमारंभ उरकला जातो. ज्या मुलाला मुलीसाठी हुंडा देण्याची ऐपत नसते, ती कामानिमित्त बाहेर गेलेली असताना जबरदस्तीने अपहरण करतो. अर्थात, पळवून नेलेल्या मुलीशी विवाह झाल्यावर समाज त्याला मान्यता देतो. ही या समाजातील एक सर्वांत जुनी रूढी मानली जाते.

६. **देवधर्म (God and Religion) :** गोंड लोकांचे सण, देवदेवता हिंदू धर्मियांप्रमाणेच असतात. हे लोक महादेवाला प्रमुख देवता मानतात. हिंदूंच्या इतर देवदेवतांचीही पूजा केली जाते. त्यांना प्रसन्न करण्यासाठी बकऱ्यांचा बळी दिला जातो. शेतीतून चांगले उत्पादन यावे म्हणून पेरणी करतेवेळी, पीक उगवताना व कापणीच्यावेळी पशुबळी देण्याची प्रथा आहे. हे लोक हिंदूंप्रमाणेच होळी, नागपंचमी, पोळा, दिवाळी हे सण साजरे करतात.

७. **अर्थव्यवस्था (Economy) :** हे लोक डोंगरदऱ्यात व जंगलात राहत असल्यामुळे पर्यावरणाशी संबंधित व्यवसायांवर आपला उदरनिर्वाह करतात. हे लोक शेती, पशुपालन, मासेमारी, शिकार व वन्य पदार्थ गोळा करणे, यांसारखे व्यवसाय करून आपल्या गरजा भागवतात.

अ. **शेती :** गोंड लोकांचा प्रामुख्याने शेती हा व्यवसाय आहे. उदरनिर्वाहक स्वरूपाची असते. शेतीतून मिळणारे उत्पादन अत्यल्प असून त्यातून आपल्या प्राथमिक गरजा भागवल्या जातात. शेती व्यवसायाचे स्वरूप दोन प्रकारचे असते.

हे लोक स्थलांतरित प्रकारची अत्यंत मागासलेल्या स्वरूपाची शेती करतात. या कृषिप्रकाराला 'दिप्प कृषी' असेही म्हटले जाते. या शेतीप्रकारात तेलबिया, कडधान्ये, ज्वारी, मका यांसारखी पिके घेतली जातात. जमीन पीक देईनाशी झाली की, ती सोडून दुसरी निवडली जाते व पुन्हा वेगवेगळी पिके घेतली जातात. असे वारंवार केले जाते म्हणून या शेतीचे 'स्थलांतरित शेती' असे नामकरण झाले आहे.

पर्वत उतारावर किंवा कमी उताराच्या भागात थोड्याफार प्रमाणात पाणी अडवून केली जाणारी बागायत व पायऱ्या पायऱ्यांच्या शेतीचा अवलंब केला जातो. या शेतीला 'पेंडा कृषी' असे म्हणतात. या शेतीत ज्वारी, तांदूळ, गहू, मका, कापूस

अशी पिके घेतली जातात. अलीकडे या शेतीप्रकारात रोखीचे पीक म्हणून कापसाचे उत्पादन मोठ्या प्रमाणावर घेतले जात आहे.

ब. **पशुपालन :** या लोकांचा शेती हा प्रमुख व्यवसाय आहे. शेतीत बैलांची गरज असते. या कारणासाठी गोंड लोक पशुपालनाचा व्यवसाय करतात. बैल, म्हशी, बकऱ्या पाळतात. गोंड जमातीत रावत ही उपजात आहे. त्यांचा उदरनिर्वाह पशुपालन या व्यवसायावरच असतो. आपल्याकडील बैल, गाय शेतकऱ्यांना विकून उदरनिर्वाह करतात.

क. **मासेमारी :** गोंड लोकांचे वास्तव्यस्थान नदीकाठावर असते. साहजिकच मासेमारी हा या लोकांचा एक महत्त्वाचा व्यवसाय ठरतो. गोंड लोकांच्या उपजातींपैकी कुरुख, केवट, धीवर जातीचे लोक हा व्यवसाय करतात. कुरुख उपजातीच्या गोंड लोकांचा मासेमारी हा उदरनिर्वाहाचा व्यवसाय आहे.

ड. **शिकार :** वास्तव्य डोंगराळ व अरण्यभागात असल्याने शिकार करून उदरनिर्वाह केला जातो. हे लोक शिकारीत अत्यंत तरबेज मानले जातात. शिकार प्राथमिक स्वरूपाची असून, त्यासाठी शस्त्रास्त्र म्हणून 'तिरकामठ्या'चा उपयोग केला जातो. हे लोक सांबर, हरीण, रानडुक्कर यांची शिकार करून त्यांच्या मांसाचा अन्न म्हणून उपयोग करतात.

इ. **वन्यपदार्थ गोळा करणे :** वनांवर आधारित असणारा हा व्यवसाय आहे. गोंड लोकांचे वास्तव्य जंगल भागात असते. निसर्गापासून मिळणाऱ्या वस्तूंवर आधारित या लोकांचे जीवन असल्यामुळे वन्यपदार्थ गोळा करणे हा व्यवसाय ते करतात. मोहाची फुले गोळा करणे, चारोळी गोळा करणे, डिंक, कंदमुळे गोळा करून त्यावर आपला उदरनिर्वाह करतात.

८. **सद्य:स्थिती (Contemporary Status) :** आधुनिक काळात या समाजाचा आर्थिक, सामाजिक व सांस्कृतिक विकास झालेला दिसतो. शिक्षणाचा बऱ्यापैकी प्रसार झाला असल्यामुळे या लोकांत जाणीवजागृती निर्माण झाल्याचे निदर्शनास येते. शिक्षणामुळे परिसरातील उद्योग व खाणींमुळे या लोकांनी या क्षेत्रात नोकरी म्हणून किंवा कामगार म्हणून शिरकाव केलेला दिसतो. काळाच्या ओघात शेती व्यवसायातही बदल जाणवतो व शेतीत रोखीच्या पिकांचे प्रमाण वाढलेले आहे. या सर्व परिस्थितीचा परिणाम या लोकांचा आर्थिक स्तर उंचावण्यावर झालेला दिसतो.

५.४ नागा जमात (Naga Tribes)

नागा पूर्व भागातील एक आदिवासी जमात आहे. २०११च्या जनगणनेनुसार या जमातीची लोकसंख्या १७,१०,९७३ एवढी आहे. या लोकांच्या मूळ प्रदेशाविषयी वेगवेगळे मतप्रवाह आहेत. नागा लोकांची जास्त लोकसंख्या नागालँडमध्ये आढळते. 'नागा' या शब्दाच्या बाबतीतही तज्ज्ञांमध्ये वेगवेगळे मतप्रवाह आहेत. नागा टेकड्यांच्या परिसरात राहतात म्हणून नागा, असा एक मतप्रवाह आहे, तर नागा म्हणजे नग्न असेही मानले जाते. नागा लोकांचे साधर्म्य मंगोलॉईड वंशाशी असल्यामुळे ते चीनमधून भारतात आलेले असावेत, असा अनुमान आहे. या संदर्भात तज्ज्ञांमध्ये एकमत दिसत नाही. आदिवासी जमातींमध्ये नागा जमात एक वैशिष्ट्यपूर्ण जमात आहे.

१. **वसतिस्थान (Location) :** नागा जमात ईशान्य भारतात विखुरलेल्या स्वरूपात आढळते, परंतु नागालँडमध्ये या जमातीचे वास्तव्य मोठ्या प्रमाणावर आहे. काही प्रमाणात अरुणाचल प्रदेशातही नागा लोक आढळतात. नागालँडचा बराचसा भाग डोंगरी स्वरूपाचा आहे. नागा व पत्कोई या डोंगररांगा या प्रदेशात आहेत. ईशान्य भारत मानवी वस्ती व विकासाच्या दृष्टीने बराचसा प्रतिकूल असल्यामुळे त्याचा लोकजीवनावर परिणाम झालेला आहे.

२. **शारीरिक वैशिष्ट्ये (Physical Traits) :** नागा मंगोलाइड वंशाचे आहेत. शरीराने कमी उंचीचे, बसका चेहरा, पीतवर्णीय असतात. नागांच्या शारीरिक वैशिष्ट्यांत स्थलपरत्वे भिन्नता आढळते. सर्वसाधारणपणे थोडे सुधारलेले नागा लोक उंच व देखणे असतात, तर मागासलेले नागा काळेसावळे व बुटके असतात. या लोकांच्या शरीरावर केसांचे प्रमाण कमी असते. पुरुषांपेक्षा स्त्रियांची उंची कमी असून त्या सावळ्या रंगाच्या असतात.

३. **वेशभूषा व दागदागिने (Clothing style and Jewelry) :** नागा शब्दावरून अर्धनग्न स्वरूपाचे राहणारे, कमीत कमी वस्त्र वापरणारे नागा लोक असतात असे मानले जाते. नागा पुरुष पायघोळ प्रकारचा लेंगा वापरतात किंवा काही लोक फक्त कमरेभोवती वस्त्र वापरतात. सणसमारंभांच्या वेळेस भरतकाम केलेले रंगीबेरंगी कपडे वापरतात. स्त्रिया मोठा घेर असलेला परकरासारखा कपडा आपल्या कमरेभोवती गुंडाळतात. कमरवस्त्र शक्यतो गर्द निळ्या रंगाचे असते. स्त्रियांना भरतकाम केलेली वस्त्रे नेसायला आवडतात.

नागा लोकांत पुरुष व स्त्रिया अशा दोघांनाही दागिने घालण्याची आवड असते. पुरुष कानातील दागिने परिधान करतात. स्त्रिया कानात पितळ्याच्या रिंगा घालतात. स्त्रिया विविध प्रकारच्या दागदागिन्यांचा वापर करतात. गळ्यात हस्तिदंत, शिंपले, मणी यांच्या माळा घालतात.

अर्थात, अलीकडच्या काळात नागांच्या वेषभूषा व दागदागिन्यांत मोठा बदल व्हायला सुरुवात झालेली आहे.

४. **वस्त्या (Settlements) :** नागा जमात डोंगरदऱ्या, जंगले व जास्त पावसाच्या भागात वास्तव्य करणारी आहे. पर्यावरणीय परिस्थितीचा परिणाम त्यांच्या निवासावर जाणवतो. वस्त्या विखुरलेल्या स्वरूपाच्या असतात. वस्त्यांचा आकार लहान स्वरूपाचा असून, वस्ती पाच ते सात झोपड्यांची असते; वर उल्लेख केल्याप्रमाणे जास्त पर्जन्य असल्यामुळे घरे उतरत्या छपराची असतात. छत बांबू व गवताने शाकारलेले असते. जास्त पावसामुळे घरे उंच ठिकाणी बांधली जातात. अर्थात, याचा शत्रुपक्षापासून संरक्षण हा उद्देश असतो. घरांचे स्वरूप नागा माणसाच्या आर्थिक परिस्थितीनुसार थोडेफार वेगवेगळे असू शकते.

५. **विवाहपद्धती (Marriage) :** पूर्वी नागा लोकांमध्ये विवाह पद्धती नव्हती. अलीकडे मात्र विवाह व्हायला सुरुवात झालेली आहे. विवाह मुलगा व मुलगी यांच्या संमतीने निश्चित केला जातो. मुलीचे अपहरण किंवा पळवून नेऊनही विवाह केला जातो. या समाजात स्त्रियांचे प्रमाण कमी असल्यामुळे वधुमूल्य देण्याची प्रथा आहे.

६. **देवधर्म (God and Religion) :** पर्यावरणातील घटकांशी जवळचे नाते असल्यामुळे नागा पर्यावरणातील नद्या, पर्वत, वृक्ष यांना देव मानतात. हे लोक तसे अनेक देवदेवतांची पूजा करतात. देवतांना प्रसन्न करण्यासाठी ते पशुपक्ष्यांचा बळी देतात. पूर्व भारतात मिशनऱ्यांनी मोठ्या प्रमाणावर ख्रिश्चन धर्माचा प्रसार करायला सुरुवात केलेली आहे. त्यामुळे नागांनीही ख्रिश्चन धर्म स्वीकारायला सुरुवात केलेली आहे. ख्रिश्चन धर्माच्या आचार–विचारांचा प्रभाव नागा लोकांवर झालेला दिसतो.

७. **अर्थव्यवस्था (Economy) :** नागा लोकांचे वास्तव्यस्थान डोंगराळ व जंगलव्याप्त स्वरूपाचे आहे. येथील नैसर्गिक पर्यावरणाचा परिणाम आर्थिक व्यवहारावर झालेला दिसतो. या लोकांचे जीवन प्राथमिक स्वरूपाच्या शेती, शिकार, पशुपालन व इतर जंगलांशी संबंधित व्यवसायावर चालते.

अ. **शेती :** नागा जमातीचा चरितार्थ शेती व्यवसायावर प्रामुख्याने अवलंबून आहे. डोंगराळ जंगलव्याप्त प्रदेश असल्यामुळे शेती व्यवसायाचे स्वरूप फक्त उदरनिर्वाह होऊ शकेल अशा प्रकारचे आहे. या भागात चालणारी शेती दोन प्रकारांत वर्गीकृत केली जाते – १) स्थलांतरित शेती, २) पायऱ्या पायऱ्यांची शेती.

शेतीसाठी योग्य जमीन असलेला भाग निवडला जातो. तेथील जंगल तोडून, पालापाचोळा जाळून जमीन तयार करून शेती केली जाते. यात प्रामुख्याने

अन्नधान्याची पिके घेतली जातात. अशा प्रकारची शेती दोन-तीन वर्षे केल्यावर ती मग जमीन नापीक होते. तो भाग सोडून दुसऱ्या ठिकाणी पुन्हा शेती केली जाते. अशा प्रकारच्या शेतीस 'झूम' असे म्हणतात.

दुसऱ्या प्रकारात डोंगरउताराच्या भागात पायऱ्या तयार केल्या जातात. या प्रकारात उताराचे भूमी उपयोजन करून शेती केली जाते. या शेतात भात, ज्वारी, बाजरी यासारखी अन्नधान्याची व वेगवेगळ्या भाजीपाल्यांची पिके घेतली जातात.

ब. **पशुपालन :** नागा लोक शेतीला जोडधंदा म्हणून पशुपालनाचा व्यवसाय करतात. गाई, म्हशी, शेळ्या, डुकरे व कोंबड्यांचे पालन करून उदरनिर्वाह केला जातो.

क. **शिकार :** नागांचे वास्तव्य जंगल भागात असल्यामुळे हा शिकार व्यवसाय केला जातो. नागा शिकारीसाठी भाले, धनुष्य-बाण यांचा उपयोग करतात. हरीण, डुक्कर यांसारख्या प्राण्यांची शिकार उदरनिर्वाहासाठी केली जाते.

ड. **हस्तव्यवसाय :** नागा जमात हस्तव्यवसायात अत्यंत कुशल असते. बांबूकाम, लाकूडकाम, मातीपासून भांडी तयार करणे यांसारख्या कामात नागा तरबेज असतात. थोडक्यात, जंगलमय व डोंगरी भागामुळे लोकांमध्ये निर्माण झालेल्या कलेचा आपल्या उदरनिर्वाहासाठी उपयोग केला जातो.

८. **सद्य:स्थिती (Contemporary Status) :** सध्या नागा जमातीचा आर्थिक व सामाजिक विकास साधण्याच्या दृष्टिकोनातून शासनाने विविध योजना आखलेल्या आहेत. कृषी विकासाच्याही विविध योजना आखून, स्थलांतरित शेती किंवा 'झूम' शेती कशी निर्बंधित करता येईल, या दृष्टिकोनातून युद्धपातळीवर प्रयत्न केले जात आहेत. जीवनावश्यक सुविधा मोठ्या प्रमाणावर उपलब्ध करून नागांचे सामाजिक मागासलेपण कसे दूर करता येईल या दृष्टिकोनातून प्रयत्न केले जात आहेत. भविष्यकाळात या आदिवासी जमातीचा आर्थिक व सांस्कृतिक विकास साधला जाईल अशी आशादायक स्थिती आहे.

अशा तऱ्हेने अनेक आदिवासी जमातींचे जीवन अभ्यासले असता त्यांच्यांत काही समान गुणधर्म आढळतात. ते पुढीलप्रमाणे :-

१. आदिवासींचे जीवन उपलब्ध नैसर्गिक पर्यावरणाशी निगडित आहे.

२. परंपरागत साधनसामग्री त्यांच्या लोकसंख्येला जगविण्यास अपुरी पडत आहे.

३. विकसित समाजामध्ये दिसून येते तेवढी स्त्रियांना दुय्यम वागणूक आदिवासी देत नाहीत.

४. त्यांचे अस्तित्व दुर्गम भागात दिसून येते.

५. त्यांची विकासाची पातळी खूपच खालावलेली आहे.

६. त्यांची शेती नैसर्गिक शेतीपद्धतीस धरून असते.

७. ते वनसंपदेचा उपयोग करतात पण ऱ्हास होऊ देत नाहीत.

८. पशुपालनाचे त्यांना चांगले ज्ञान आहे.

या त्यांच्या गुणधर्मांचा विचार करता व विकसित मानव त्यांच्या दरम्यान असलेली दरी कशी कमी करता येईल याचा विचार मानवी भूगोलाच्या अभ्यासकांनी करणे योग्य ठरेल.

५.५ महाराष्ट्रातील जमाती (Tribes in Maharashtra)

भारतीय राज्यघटनेच्या कलम ३४१(१) अनुसार राष्ट्रपतींनी घोषित केलेल्या जमातींना अनुसूचित 'जमाती' असे म्हणतात. यात एकाकी डोंगरावर व जंगलात राहणारे व ज्यांना आधुनिक संस्कृती जीवनाचा परिचय होऊ शकला नाही अशांचा समावेश होतो. अशा लोकांना 'गिरीजन' किंवा 'आदिवासी' असे म्हणतात.

महाराष्ट्रात अनुसूचित जमाती सुमारे ४७ आहेत. त्यांचे वास्तव्य प्रामुख्याने डोंगराळ भागात व अरण्यात आहे. त्यांचे वास्तव्य पुढील प्रदेशात आढळते – अ) सह्याद्री पर्वतमय प्रदेश, ब) सातपुडा पर्वतमय प्रदेश, क) गोंडवन प्रदेश.

१.   सह्याद्री पर्वतमय प्रदेश : महाराष्ट्रात सह्याद्री पर्वतरांगांचा प्रदेश व्यापलेले कोकणातील ठाणे, रायगड तसेच पश्चिम महाराष्ट्रातील नाशिक, अहमदनगर, पुणे जिल्हात मुख्यत्वेकरून पश्चिम भागात अनुसूचित जमाती राहतात. सह्याद्री पर्वतमय प्रदेशात महादेव कोळी, वारली, पारधी, ठाकर, मल्हार कोळी, भिल्ल, काथोळी, कातकरी इत्यादी अनुसूचित जमाती वास्तव्य करतात.

ठाणे जिल्हा	:	पालघर, वसई, वाडा, भिंवडी, कल्याण, डहाणू जव्हार, उल्हासनगर, तलासरी जव्हार, मोखाड व जव्हार तालुके.
रायगड जिल्हा	:	पनवेल, खालापूर, कर्जत व पेण.
नाशिक जिल्हा	:	सटाणा, दिंडोरी, नाशिक, इगतपुरी व सिन्नर, सुरगणा व कळवण.
पुणे जिल्हा	:	आंबेगाव, खेड व मावळ तालुक्यात अनुसूचित जमाती विखुरलेल्या आहेत.

२.   सातपुडा पर्वतमय प्रदेश : महाराष्ट्रात उत्तर भागात सातपुडा पर्वताच्या काही रांगा पसरलेल्या आहेत. धुळे, नंदुरबार, जळगाव व अमरावती त्याचप्रमाणे अकोला व बुलढाणा जिल्ह्यात अनुसूचित जमाती राहतात. सातपुडा पर्वतरांगांच्या परिसरात गोमित, पारधी, भिल्ल, कोरकू, गोंड, ढाणका इत्यादी अनुसूचित जमाती वास्तव्य करतात.

नंदुरबार जिल्हा : शहादा, अक्राणी, अक्ललबुवा, नकबर.
धुळे जिल्हा : साक्री, शिरपूर.
जळगाव जिल्हा : चोपडा, यावल व रावेर.
बुलढाणा जिल्हा : मेहेकर तालुक्यात.
अकोला जिल्हा : तेल्हारा, अकोट व पातूर तालुक्यात अनुसूचित जमाती विखुरलेल्या आहेत.

३. गोंडवन प्रदेश (विदर्भ व मराठवाडा) :

अ. विदर्भ : महाराष्ट्रात गोंडवन प्रदेशात विदर्भातील यवतमाळ, वर्धा, नागपूर, भंडारा, गोंदिया, चंद्रपूर व गडचिरोली इ. जिल्हे तसेच मराठवाड्यातील नांदेड व परभणी, हिंगोली जिल्ह्यात अनुसूचित जमातींचे वास्तव्य आढळते. गोंडवन प्रदेशात हळबा, पारधी, कोळंब, अंध गोंड, माडिया-गोंड, कोया इत्यादी अनुसूचित जमाती राहतात.

यवतमाळ जिल्हा : दारव्हा, वणी तालुके वगळून सर्व तालुके.
वर्धा जिल्हा : करंजा, सेलू, आर्वी.
नागपूर जिल्हा : कारोल, रामटेक, पारारीवनी.
भंडारा जिल्हा : तुमसर तिरोडा.
गोंदिया जिल्हा : गोंदिया, आमगाव, सालेकसा, गोरेगाव, देवरी, मोरेगाव (अर्जुनी).
चंद्रपूर जिल्हा : संपूर्ण जिल्हा.
गडचिरोली जिल्हा : चार्मोशी, गडचिरोली व आर मोरी, कुरखेडा, धानोरा, एरापल्ली, अहेरी व सिरोंचा तालुक्यात अनुसूचित जमाती विखुरलेल्या आहेत.

ब. मराठवाडा : अनुसूचित जमातीचे प्रमाण कमी आहे.

नांदेड जिल्हा : किनवट, हादगाव, भोकर.
हिंगोली जिल्हा : हिंगोली, ककमसुरी तालुक्यात.

महाराष्ट्रात अनुसूचित जमातींची लोकसंख्या जनगणनेनुसार

१९८१ - ५८ लाख   १९९१ - ७३ लाख

२००१ - ८५ लाख

महाराष्ट्राच्या एकूण लोकसंख्येच्या अनुसूचित जमातीची टक्केवारी ९.३% आहे.

अनुसूचित जमातीची महाराष्ट्रात साक्षरता - (१९९१) - ३७%

स्त्री - २४%   पुरुष - ४९%

अनुसूचित जमातींची महाराष्ट्रात लोकसंख्या – (२०११) – १०५ लाख
स्त्री – ५२ लाख पुरुष – ५३ लाख

महाराष्ट्रात अनुसूचित जमातींच्या लोकसंख्येचे प्रमाण –
२०११ नुसार लोकसंख्या १०५,१०,२१३ होय. एकूण टक्केवारी ९.३५ आहे.

अनुसूचित जमातीच्या लोकसंख्येनुसार पहिले तीन जिल्हे –
१. नाशिक : १५६४३६९ **२. ठाणे** : १५०४२४५१
३. नंदूरबार : ११४१९३३

अनुसूचित जमातीच्या लोकसंख्येनुसार शेवटचे तीन जिल्हे –
१. सिंधुदूर्ग : ६९७६ **२. सांगली** : १८३३३
३. रत्नागिरी : २०३७४
अशी क्रमवारी आहे.

प्रश्नसंच

अ. प्रत्येकी २० शब्दांत उत्तरे लिहा.

१. भिल्ल जमातीचे निवासक्षेत्र सांगा.
२. भिल्ल जमातीची शारीरिक वैशिष्ट्ये सांगा.
३. भिल्ल जमातीच्या देव–धर्माविषयी माहिती लिहा.
४. भिल्लांच्या आर्थिक व्यवहारांची थोडक्यात माहिती द्या.
५. 'गोटुल' म्हणजे काय?
६. गोंड जमातीच्या निवासाची वैशिष्ट्ये सांगा.
७. गोंड लोकांचे निवासक्षेत्र सांगा.
८. गोंड लोकांच्या देव–धर्माविषयी माहिती लिहा.
९. गोंड या आदिवासी जमातीचे आर्थिक व्यवहार सांगा.
१०. भिल्ल जमात शिकारीसाठी वापरत असलेल्या शस्त्रांची नावे द्या.
११. नागा लोकांचे वसतिस्थान सांगा.
१२. नागा लोकांच्या विवाहपद्धतीविषयी माहिती द्या.
१३. नागा लोकांच्या देव–धर्माविषयी माहिती लिहा.
१४. गोंड जमातीचे कोणतेही दोन व्यवसाय सांगा.
१५. नागा लोकांच्या आर्थिक व्यवहारांची माहिती लिहा.
१६. महाराष्ट्रातील चार प्रमुख जमातींची नावे लिहा.

ब. प्रत्येकी ५० शब्दांत टिपा लिहा.
   १. भिल्ल जमातीच्या विवाहपद्धती.
   २. नागा जमातीची वेशभूषा व दागदागिने.
   ३. गोंड जमातीची शारीरिक वैशिष्ट्ये.

क. प्रत्येकी १५० शब्दांत उत्तरे लिहा.
   १. भिल्ल लोकांच्या जीवनपद्धतीविषयी सविस्तर माहिती लिहा.
   २. नैसर्गिक पर्यावरण व आर्थिक व्यवहार यांच्या संबंधांचा भिल्ल जमातीच्या संदर्भात आढावा घ्या.
   ३. गोंड लोकांच्या सामाजिक जीवनाची सविस्तर माहिती द्या.
   ४. नैसर्गिक पर्यावरणाला अनुसरून गोंड किंवा भिल्ल जमातीच्या जीवनक्रमाची माहिती लिहा.
   ५. नागांच्या आर्थिक व्यवहारावर भौगोलिक परिस्थितीचा कसा परिणाम होतो ते स्पष्ट करा.
   ६. नागा जमातीच्या निवासाचा व नैसर्गिक पर्यावरणाचा संबंध स्पष्ट करा.

ड. प्रत्येकी ३०० शब्दांत उत्तरे लिहा.
   १. भिल्ल जमातीविषयी भौगोलिक निबंध लिहा.
   २. गोंड जमातीविषयी सविस्तर माहिती लिहा.
   ३. नागा जमातीविषयी भौगोलिक निबंध लिहा.
   ४. महाराष्ट्रातील जमातींची सविस्तर माहिती लिहा.

६ | मानवी संस्कृती
Human Culture

६.१ प्रस्तावना (Introduction)

मानव-निसर्ग परस्परसंबंधांचा अभ्यास हा 'मानवी भूगोला'चा प्रमुख उद्देश आहे. हा संबंध कसा परिवर्तनशील आहे हे आपण पहिल्या प्रकरणात पाहिले. या प्रकरणात मानवी संस्कृतीची चर्चा करू. जे निसर्गनिर्मित ते प्राकृतिक व जे मानवनिर्मित ते सांस्कृतिक होय. पर्यावरणाचेदेखील प्राकृतिक व सांस्कृतिक असे दोन भाग करता येतील. मानवनिर्मित म्हणजेच सांस्कृतिक घटक हे मानवी गरजा आणि मानवाच्या हातातील अवजारांशी निगडित असतात. मानवी गरजांचेदेखील दोन भाग करता येतील. मूलभूत म्हणजे आपले अस्तित्व टिकवण्यासाठी आवश्यक त्या गरजांना 'प्राकृतिक गरजा' असे म्हणता येईल. अन्न, वस्त्र, निवारा यासारख्या गरजा यात समाविष्ट होतात. याही पुढे जाऊन शैक्षणिक, सामाजिक गरजाही महत्त्वाच्या आहेत. भूक लागली की अन्न खाणे, तहान लागली की पाणी पिणे ही झाली प्रकृती, तर भूक लागली असतानासुद्धा उपलब्ध अन्न इतरांना मिळाले की नाही याचा विचार करणे म्हणजे संस्कृती होय. थोडक्यात, सर्वसाधारण जीवनपद्धती म्हणजे 'संस्कृती' होय. संस्कृती फक्त मानवालाच असते, इतर प्राणी-जीवनामध्ये ती नसते. सुसंस्कृतपणा हाच मानवाचा त्याचे इतर प्राण्यांपेक्षा वेगळेपण दर्शविणारा गुणधर्म आहे. मानवी संस्कृतीमध्ये मानवतेचे तत्त्व दडलेले आहे. विविध

मानवी समूहांमध्ये एकता आणणे हा सांस्कृतिक विकासाचा उद्देश असतो. अलीकडच्या काळात पर्यावरणीय दृष्टिकोन महत्त्वाचा ठरलेला आहे. त्यामुळे पर्यावरणीय साधनांचा भरमसाठ वापर करणे किंवा पर्यावरणावर अत्याचार करणे हे असंस्कृतपणाचे लक्षण मानले जाते. नैसर्गिक साधनसामग्री आपल्याप्रमाणेच पुढील पिढ्यांसाठीही शिल्लक ठेवली पाहिजे, ही मानवी संस्कृती आहे.

प्रत्येक समाजाला एक वैशिष्ट्यपूर्ण संस्कृती लाभलेली असते. समाज हा एक मानवी समूह असून त्याला विशिष्ट संस्कृतीचा वारसा लाभलेला असतो. ब्रोक व वेब यांनी पुढीलप्रमाणे संस्कृतीची व्याख्या केलेली आहे. 'मानवाचा जीवन जगण्याचा एकूण मार्ग म्हणजे 'संस्कृती' होय.' (The Total way of Life of a People.) इंग्रजीमध्ये Civilization and Culture या दोन शब्दांचा भिन्न अर्थी उपयोग केला जातो. परंतु मराठीत मात्र हे दोन्ही शब्द 'संस्कृती' या अर्थाने वापरले जातात. Civilization चा एक भाग किंवा अंग या अर्थाने Culture या शब्दाचा अर्थ मानला जातो.

संस्कृती हा घटक बदलणारा असून या बदलाची प्रक्रिया अत्यंत सावकाश पद्धतीने होत असते; म्हणजेच हा घटक स्थिर स्वरूपाचा नाही. संस्कृती बदलणारी कशी असते या संदर्भात एस्किमो लोकांचे उदाहरण घेता येईल. एका शतकापूर्वी एस्किमो एकाकी व स्वत:च्या जगात वावरल्यासारखे राहायचे. एस्किमोंचे वस्त्र, निवारा व शस्त्रास्त्रे परंपरागत व स्थानिक भागात उपलब्ध असणाऱ्या साधनसंपत्तीपासून बनवलेली असायची. परंतु अलीकडे एस्किमो ब्रिटिश लोकांच्या संपर्कात आल्यामुळे त्यांच्या संस्कृतीत काही बाबतीत बदल घडून आलेला आहे. थोडक्यात, संस्कृतीत काळानुरूप बदल घडत असतो.

एखाद्या समाजाने लावलेल्या विविध संशोधनामुळे सांस्कृतिक बदल घडून येत असतो किंवा दुसऱ्या समाजाने लावलेल्या शोधाचा परिणाम संस्कृतीवर होत असतो. मानवाने लावलेल्या विविध शोधांचा प्रचार व प्रसार हळूहळू सर्व समाजापर्यंत पोहोचत असतो. प्राकृतिक रचना, जमीन, हवामान, पाणी, वनस्पती, प्राणी यांसारख्या नैसर्गिक घटकांचा मानवी क्रियेवर परिणाम होत असतो. मानव निसर्गाचे बंधन तोडून जगू शकत नाही हे प्रामुख्याने निसर्गवादातून स्पष्ट होते. अर्थात मानव काही मर्यादेपर्यंत निसर्गावर मात करू शकतो, हे शक्यतावादावरून स्पष्ट होते. काही भूगोलवेत्त्यांच्या मते, प्रत्येक गोष्ट करणे मानवाला शक्य आहे,

मानव आपल्या स्वत:च्या उपयोगासाठी नैसर्गिक परिस्थितीत बदल घडवून आणत असतो. निदान काही प्रमाणात निसर्गात बदल घडवून आणण्याची शक्ती मानवात असते. उदा. नदी पार करण्यासाठी मानवाने पुलाचा उपयोग केला. अति-उताराचा भाग शेतीखाली आणण्यासाठी पायऱ्यांच्या शेतीचा विकास केला. कमी पर्जन्य असलेल्या

भागात कृत्रिम पाणीपुरवठ्याचा किंवा जलसिंचनाचा उपयोग करून शेतीतून उत्पादन काढण्याचा प्रयत्न केला. या सर्व उदाहरणांतून मानव आपल्या उपयोगासाठी नैसर्गिक परिस्थितीत कसा बदल घडवून आणत असतो हे स्पष्ट होते. मानवाने नैसर्गिक पर्यावरणात बदल घडवून आणून सांस्कृतिक पर्यावरणाची निर्मिती केलेली दिसून येते.

६.२ भाषा (Language)

भाषेचा विकास मानवाच्या सांस्कृतिक उत्क्रांतीमधला एक महत्त्वाचा घटक दिसून येतो. सामाजिक संघटन किंवा धर्माप्रमाणेच भाषा हा मानवी संस्कृतीतला एक महत्त्वाचा पैलू आहे. भाषेमुळे एकमेकांशी विचारविनिमय केला जाऊ शकतो. सांस्कृतिक वारसा एका पिढीतून दुसऱ्या पिढीत नेण्यासाठी भाषेचा उपयोग होतो. अलीकडे प्रत्येक लहान-मोठ्या समाजाला भाषेशिवाय कार्य करणे अशक्य आहे. समाजाचे प्रतिबिंब जसे अर्थ-संपत्तीत आढळते तसे ते भाषेच्या रचनेतही आढळते.

भाषेची संकल्पना पुढीलप्रमाणे मांडता येईल –

'बोलल्या जाणाऱ्या ज्या संघटित शब्दांद्वारे लोक एकमेकांशी संपर्क साधतात व परस्परांना समजून घेऊ शकतात, तिला 'भाषा' असे म्हणतात.'

श्री. बाबुराम सक्सेना **'ज्या ध्वनिचिन्हांच्या द्वारे मनुष्य परस्पर विचार-विनिमय करतो, त्या ध्वनिचिन्हांच्या समविरूपाला 'भाषा' असे म्हणतात.'**

श्री. श्यामसुंदर दास **'माणसे परस्परांत आपली वस्तूविषयक ज्या ध्वनी-संकेताचा व्यवहार करतात, त्या व्यवहाराला 'भाषा' असे म्हणतात.**

भाषेमुळे समाज एकत्र बांधला जातो. समाजात एकमेकांविषयी सामंजस्याची भावना निर्माण करण्याचे काम भाषा करत असते. भाषेमुळे राष्ट्रीयत्वाची भावना निर्माण होऊन राष्ट्रीय एकात्मता वाढीस मदत होते. मोठ्या प्रमाणावर व्यापार साधण्याच्या दृष्टीने भाषेचा उपयोग होतो. आर्थिक घडामोडी व हिशोब या दृष्टीने भाषेला महत्त्व आहे. भाषेच्या अभ्यासाचा इतिहासकालीन गोष्टींचा अभ्यास करण्याच्या दृष्टीने उपयोग होतो. मागच्या पिढीच्या चांगल्या गोष्टी लिहून ठेवल्या असतील तर पुढच्या पिढीच्या दृष्टीने त्या मार्गदर्शक ठरू शकतात. मानवी समूहाने दुर्दैवाने अनेक भाषा विकसित केल्या असल्यामुळे अनेक बाबतीत त्या अडचणी निर्माण करतात. व्यापारी दृष्टिकोनातून भाषेचा उपयोग करावयाचा असेल तर युरोपियन किंवा इंग्लिश भाषेशिवाय पर्याय नाही.

जगातील प्रमुख भाषा आणि वितरण (Major Languages in World and Distribution)

जागतिक पातळीवर विविध भाषा बोलल्या जातात. भाषाशास्त्रज्ञांच्या मते, जगात २७९७ भाषा बोलल्या जातात. या भाषांपैकी १२०० भाषा अमेरिकन लोक बोलतात.

भाषाकुळानुसार जगातील विविध भाषा

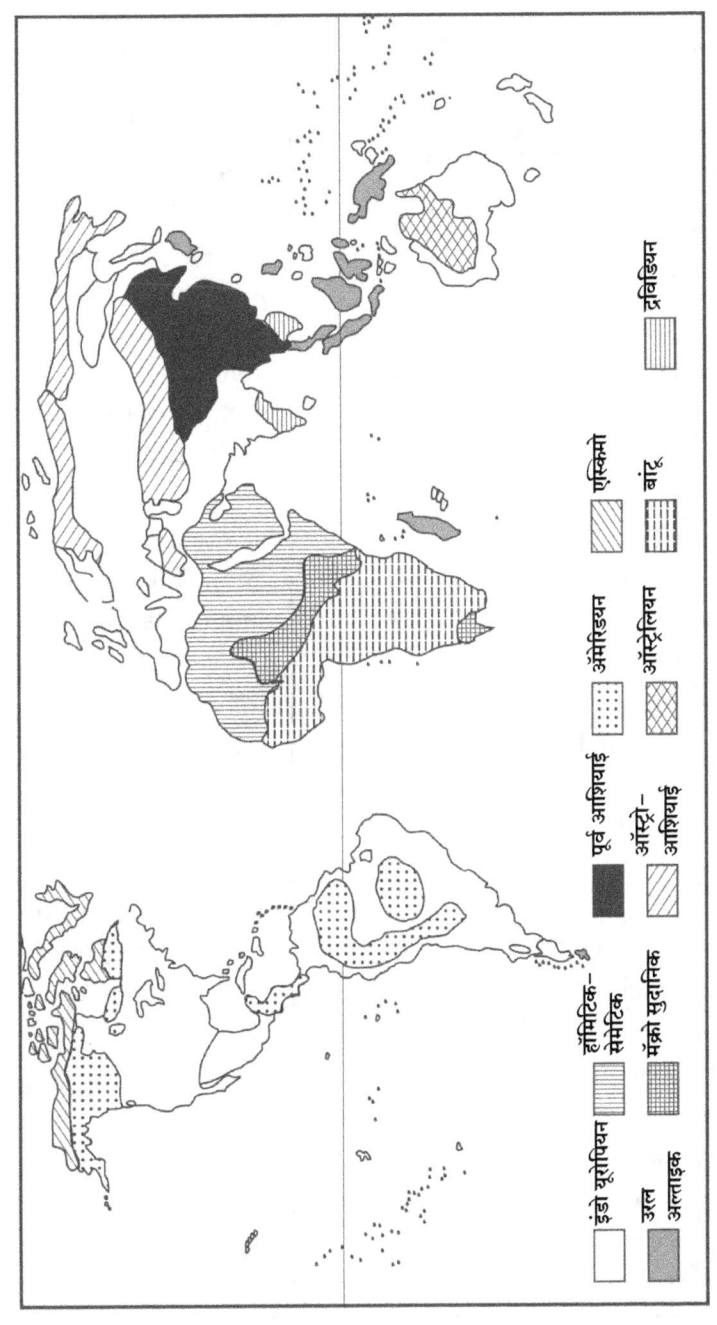

इंडो यूरोपियन
हॅमिटिक–सेमेटिक
पूर्व आशियाई
ॲमेरिडयन
एस्किमो
उरल अल्ताइक
मॅक्रो सुदानिक
ऑस्ट्रो–आशियाई
ऑस्ट्रेलियन
बांटू
द्रविडियन

नकाशा क्र. ६.१

भाषा बोलणाऱ्यांची संख्या व देश			
अ.क्र.	भाषा	भाषा बोलणाऱ्यांची संख्या (दशदक्ष)	भाषा बोलणारे प्रमुख देश
१.	चिनी – मंदारीन	९५५	चीन, तैवान
२.	हिंदी	३१०	भारत, पाकिस्तान
३.	अरेबिक	२९५	लिबिया, सुदान, इराक, बहारीन, इजिप्त, कुवेत, सिरिया, सौदी अरेबिया इ.
४.	बंगाली	२०५	बांगला देश
५.	सोमाली	१५	सोमालिया, इथोपिया, केनिया, येमेन इ.
६.	जर्मन	८९	ऑस्ट्रिया, जर्मनी
७.	उर्दू	६६	पाकिस्तान
८.	कोरियन	७६	उत्तर व दक्षिण कोरिया
९.	तामीळ	७०	भारत (तामिळनाडू)
१०.	कॅन्टोनीन	६	चीन
११.	ज्यू	६	चीन
१२.	व्हिएतनामी	७६	व्हिएतनाम
१३.	मीन	४७	चीन
१४.	युक्रेनियन	३०	युक्रेन
१५.	स्वाहिली	२६	पू.आफ्रिका, केनिया, टान्झानिया
१६.	इंग्रजी	३६०	इंग्लंड, कॅनडा, ऑस्ट्रेलिया, द. आफ्रिका, न्यूझीलंड इ.
१७.	स्पॅनिश	४०५	क्यूबा, ग्वाटेमाला, गिनी
१८.	रशियन	१५५	रशिया
१९.	पोर्तुगीज	२१५	पोर्तुगाल, मोझांबिक, अंगोला
२०.	जपानी	१२५	जपान
२१.	फ्रेंच	७४	फ्रान्स, कांगो इ.
२२.	पंजाबी	१०२	भारत, पाकिस्तान
२३.	तेलगू	७६	भारत (आंध्रप्रदेश)
२४.	मराठी	७३	भारत (महाराष्ट्र)

२५	इटालियन	५९	इटली
२६	जावानीज	८२	इंडोनेशिया (जावा)
२७	तुर्किश	६३	तुर्की
२८	थाई	५६	थायलंड
२९	पोलिश	४०	पोलंड

तक्ता क्र. ६.१

भारतातील विविध भाषा बोलणाऱ्यांची संख्या व टक्केवारी २००१			
अ.क्र.	**भाषा**	**भाषा बोलणाऱ्यांची संख्या**	**टक्केवारी**
१.	हिंदी	४२२०४८६४२	४१.०३
२.	बंगाली	८३३६९७६९	८.११
३.	तेलगू	७४००२८५६	७.१९
४.	मराठी	७१९३६८९४	६.९९
५.	तामीळ	६०७९३८१४	५.९१
६.	उर्दू	५१५३६१११	५.०१
७.	गुजराती	४६०९१६१७	४.४८
८.	कन्नड	३७९२४०११	३.६९
९.	मल्याळम्	३३०६६३९२	३.२१
१०.	ओरिया	३३०१७४४६	३.२१
११.	पंजाबी	२९१०२४७७	२.८३
१२.	आसामी	१३१६८४८४	१.२८
१३.	मैथिली	१२१७९१२२	१.१८
१४.	भिल्ली/भिलोडी	९५८२९५७	०.९३
१५.	सांतली	६४६९६००	०.६३
१६.	काश्मिरी	५५२७६९८	०.५४
१७.	नेपाळी	२८७१७४९	०.२८
१८.	गोंदी	२७१३७९०	०.२६
१९.	सिंधी	२५३५४८५	०.२५
२०.	कोकणी	२४८९०१५	०.२४
२१.	इतर	२६५८७३१८	२.५९

तक्ता क्र. ६.२

भाषाकुळानुसार जगातील भाषा प्रकार

१. उत्तर अमेरिका	:	अ) रोमन, आ) जर्मेनिक, इ) अमेरिडियन, ई) एस्किमो, उ) इन्डो-युरोपियन.
२. दक्षिण अमेरिका	:	अ) रोमन, आ) अमेरिडियन, इ) इन्डो-युरोपियन.
३. आफ्रिका	:	अ) सेमेटिक, आ) बेरबर, इ) बांटू, उ) मॅक्रा सुदानिक, ऊ) जर्मेनिक.
४. युरोप	:	अ) रोमन्स, आ) सेल्टिक, इ) जर्मेनिक.
५. रशिया	:	अ) स्लेव्हिक, आ) मान्चू, इ) टुगुस, ई) फीनोग्रीयन, उ) टर्किक, ऊ) इन्डो युरोपियन.
६. आशिया	:	अ) इंडिक, आ) मँगोलियन, इ) तिबेटियन, ई) चायनीज, उ) थाई, ऊ) इराणिक , ए) द्रवेडियन.
७. ऑस्ट्रेलिया	:	अ) ऑस्ट्रेलियन, आ) जर्मेनिक.

तक्ता क्र. ६.३

जगातील प्रमुख भाषांपैकी चिनी, इंग्रजी, हिंदी या पहिल्या तीन भाषा आहेत. भाषेच्या उत्पत्तीनुसार सोळा प्रकार पाडले जातात. जगात जरी वेगवेगळ्या भाषा बोलल्या जात असल्या तरी २९ प्रमुख भाषा आहेत. या भाषा बोलणाऱ्यांची जागतिक पातळीवर सरासरी ४०० कोटी लोकसंख्या असून, ती ६१टक्के एवढी आहे. जास्तीत जास्त भाषा बोलणाऱ्यांचा विचार करता बारा प्रमुख भाषा असून यात चिनी, इंग्लिश, हिंदी, स्पॅनिश, रशियन, अरेबिक, बंगाली, पोर्तुगीज, सोमाली, जपानी, जर्मन, फ्रेंच या भाषांचा समावेश होतो. या भाषा बोलणाऱ्यांची संख्या ३२० कोटी असून त्यांची टक्केवारी जवळपास ७७ टक्के आहे. (तक्ता क्र. ६.१ पहा.)

भाषा व राष्ट्रीय एकात्मता (Language and Unity of Nation)

भाषेमुळे समाज एकत्र बांधला जातो. समाजात एकमेकांविषयी सामंजस्याची भावना निर्माण होते. भाषेमुळे राष्ट्रीयत्वाची भावना निर्माण होते; जर भाषेत विविधता असेल तर एकमेकांशी विचारविनिमय करणे कठीण होते. सहकार्याची भावना नष्ट होते. भाषा राष्ट्रीयत्वासाठी अत्यंत महत्त्वाचा घटक मानला जातो. युरोप खंडात झालेली विविध देशांची निर्मिती भाषा या तत्त्वावरच झालेली दिसते. एकता व सुवाक्यता राखण्याच्या

दृष्टीने भाषा एक महत्त्वाचे साधन मानले जाते. भाषा जशी एकता निर्माण करू शकते तशी देशाचे विभाजनही घडवून आणू शकते. उदा. युरोपातील देश, भारतातील भाषावर राज्यांची निर्मिती.

एक राष्ट्र, एक भाषा, एक वंश, एक धर्म व एक संस्कृती सामाजिक व राजकीय बांधिलकी निर्माण करतात. भाषाभिमान व राष्ट्राभिमान यातून संघर्ष व साम्राज्यवाद निर्माण झाला. वर उल्लेख केल्याप्रमाणे युरोपातील राष्ट्रे भाषेमुळे निर्माण झालीत. ती अशी– फ्रान्स – फ्रेंच, जर्मनी – जर्मन, इंग्लंड – इंग्रजी भाषा इत्यादी. लोकांना एकत्रित आणण्याचे कार्य भाषा करत असते. उदा. हिब्रू भाषेने इस्रायली लोकांना एकत्रित आणलेले आहे. काही देशांत विभागीय भाषाभिमानाने एकी निर्माण होण्यात अडथळे येतात. काही देशात काही भाषा लादल्या जातात व त्यातून मतभेद निर्माण होण्याची शक्यता असते. उदा. दक्षिण भारतीय लोक हिंदी या राष्ट्रीय भाषेस विरोध करीत होते. परंतु केवळ हिंदी भाषिक लोकांची संख्या जास्त असल्यामुळे हिंदी राष्ट्रीय भाषा होऊ शकली. आज हिंदी भाषा राष्ट्रीय एकात्मता टिकवण्यात महत्त्वाचे योगदान देत आहे. ज्या ज्या देशांमध्ये राष्ट्रीय भाषेला योग्य तो सन्मान दिला जातो, तो देश विकसित आढळतो. अशा प्रकारे भाषा राष्ट्रीय एकात्मता टिकवण्यात महत्त्वाची भूमिका बजावत असते.

६.३ धर्म (Religion)

मानवी संस्कृतीमधील धर्म हा एक महत्त्वाचा घटक आहे. ऐतिहासिक काळात राष्ट्राच्या जडणघडणीत धर्माचा महत्त्वाचा सहभाग होता. धर्म राष्ट्रातील लोकांना एकत्र बांधून ठेवण्याचे काम करीत होता. भिन्नभाषीय व भिन्नवंशीय लोक धर्मामुळे एकत्र येऊ शकतात. धर्माला कोणत्याही प्रकारची प्रादेशिक सीमा नसते. धर्माधिष्ठित राष्ट्रवाद आधुनिक काळात कालबाह्य ठरलेला आहे. परंतु ठराविक धर्म ठराविक भागातच जास्त प्रमाणावर विस्तारित झालेला दिसतो.

निरनिराळ्या धर्म–अभ्यासकांनी धर्माची संकल्पना पुढीलप्रमाणे मांडलेली आहे.

फ्रेडरिक शेल्मेशर **'अत्युच्च किंवा निरपेक्ष विश्वासार्हतेची मनोभावना, निरपेक्ष म्हणजे तुलनात्मकदृष्ट्या सापेक्ष विश्वासार्हतेपेक्षा जास्त.'**

जेम्स मार्टिन **'धर्म म्हणजे एखाद्या चिरंतन ईश्वरावर विश्वास.'**

मॅथ्यू आरनॉल्ड **'धर्म म्हणजे भावनेने उच्च, उदात्त बनलेली नीती.'**

समान श्रद्धा, समजूत, अपेक्षा व नियंत्रण या धाग्यांनी समाज बांधलेला असतो. त्यामुळे इतर समूहांपेक्षा त्यांचे वेगळेपण ओळखता येते. अशा मूल्याधारित प्रणालीस 'धर्म' असे म्हणतात. नैतिक मूल्यांच्या अधिष्ठानाला धर्म असे म्हणता येईल. धर्माचा प्रसार लोकांच्या त्या धर्माविषयीच्या आकर्षणावर अवलंबून असतो.

धर्मातील विचारप्रवाह, त्या त्या वेळेची उपलब्ध असणारी परिस्थिती यांवर धर्माचा प्रसार अवलंबून असतो. प्रत्येक धर्मात होणारी सुधारणा सभोवतालच्या परिस्थितीवर अवलंबून असते. भौगोलिक परिस्थितीचा धर्मावर कसा परिणाम होतो, ते पुढील बाबींतून स्पष्ट होते –

१. ज्या प्रदेशात पर्जन्य हंगामी आणि अनिश्चित स्वरूपाचा असतो अशा भागात पर्जन्याला देवता मानले जाते.

२. समुद्रकिनारी भागात राहणारे लोक समुद्राला देवता मानतात.

३. कमी पर्जन्य असलेल्या भागात नद्यांचा अनेक दृष्टिकोनातून उपयोग होत असल्यामुळे नद्यांना पवित्र मानले जाते.

४. ज्या प्रदेशामध्ये सूर्यदर्शन फारसे होत नाही अशा भागात सूर्याला देवता मानले जाते.

५. ख्रिश्चन धर्मात चर्चना जास्त खिडक्या ठेवल्या जातात, त्यामागे जास्त हवा व उजेड यावा हा उद्देश असतो.

६. इस्लाम धर्मात मशिदींना पांढरा रंग देतात. त्याचे मुख्य कारण म्हणजे सूर्यकिरणे परावर्तित व्हावीत.

७. विविध धर्मांत विविध झाडांना महत्त्व दिले जाते.

धर्माचा होणारा परिणाम (Effects of Religion)

धर्माचा आर्थिक आणि सामाजिक परिस्थितीवर परिणाम होत असतो. हिंदू धर्मात विविध जातीचे लोक आढळतात. प्रत्येक जातीने विशिष्ट व्यवसायच करावा असे सर्वसाधारण आढळते. त्यामुळे आर्थिक विकासाच्या दृष्टिकोनातून काही अंशी बंधने आलेली दिसतात. बौद्ध धर्मात गुरांना मारणे पाप समजतात. त्यामुळे त्याच्या अन्नात शाकाहारी पदार्थांचा जास्त समावेश असतो. त्यामुळे बौद्धधर्मीय देशात गुरे पाळणे हा व्यवसाय फारच कमी प्रमाणात आढळतो. मुस्लीमधर्मीय लोक डुक्कर या प्राण्याला अपवित्र मानतात; त्यामुळे इस्लाम देशांत डुक्कर पाळणे हा व्यवसाय विकसित होऊ शकला नाही. मुस्लीमधर्मीय लोक सावकारी, व्यापार व व्यवसायांना धार्मिक दृष्टीने निषिद्ध मानतात. त्यामुळे या देशांमध्ये त्याचा आर्थिक विकासाच्या दृष्टीने प्रतिकूल परिणाम होतो.

चीनमध्ये वाडवडिलांची पूजा, मुसलमानातील बहुपत्नीत्व, हिंदू धर्मातील लवकर लग्न या सर्वांचा लोकसंख्यावितरणावर व घनतेवर परिणाम होत असतो. रोमन कॅथॉलिक देशात संततिप्रतिबंधक उपायांना मनाई केली जाते. त्यामुळे या देशांमध्ये मोठ्या प्रमाणावर लोकसंख्येचे प्रमाण वाढलेले दिसते. उदा. इटली.

जग – प्रमुख धर्म

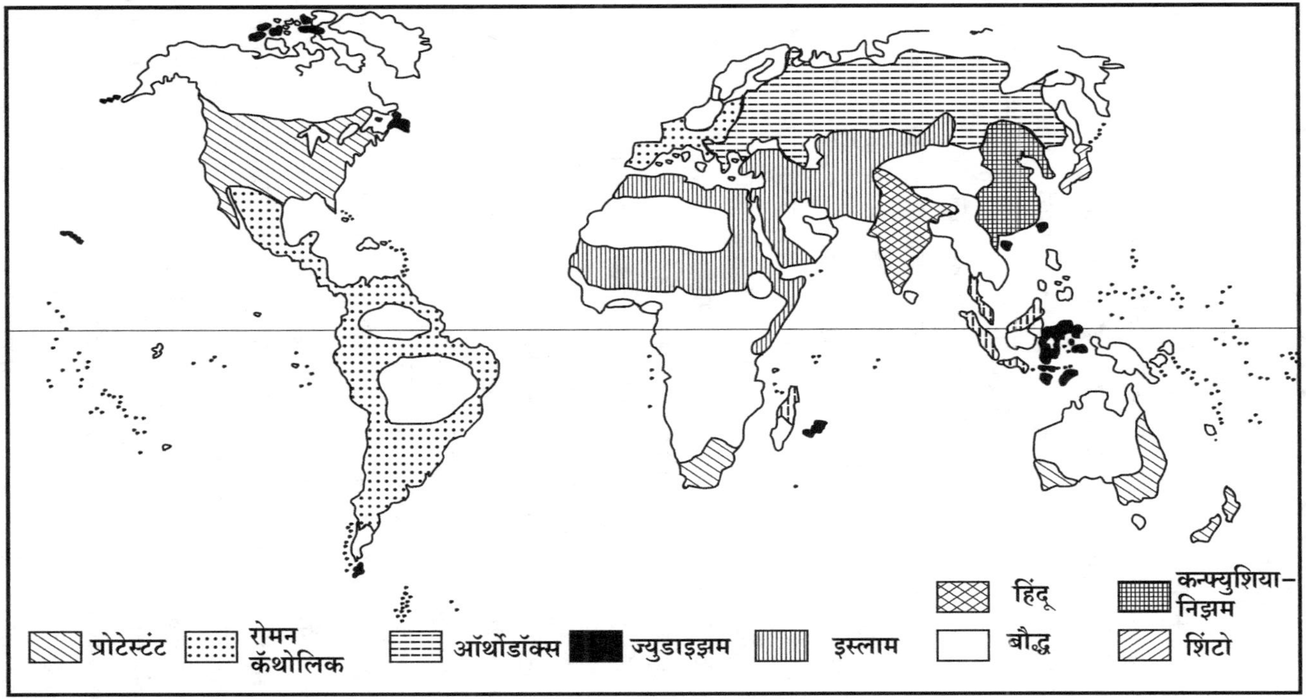

प्रोटेस्टंट
रोमन कॅथोलिक
ऑर्थोडॉक्स
ज्युडाइझम
इस्लाम
हिंदू
बौद्ध
कन्फ्युशिया–निझम
शिंटो

नकाशा क्र. ६.२

जगातील प्रमुख धर्मांचे वितरण व त्यांची वैशिष्ट्ये (Major Religion in World and its Distribution)

जागतिक पातळीवर वेगवेगळ्या धर्मांचे लोक आढळून येतात. धर्माच्या बाबतीत निश्चित अशी सीमा नाही. परंतु ज्या देशांमध्ये मोठ्या प्रमाणावर ज्या धर्माची लोकसंख्या आढळते तो त्या देशाचा धर्म म्हणून मानला जातो. धर्मावर आधारितही काही देशांची निर्मिती झालेली दिसून येते. धर्माची जागतिक वैशिष्ट्ये पुढीलप्रमाणे-

१.   ख्रिश्चन धर्म (Christian Religion) : या धर्माची २००० वर्षांपूर्वी स्थापना झाली असून, या धर्माचे संस्थापक येशूख्रिस्त आहेत. बायबल धर्माचा पवित्र ग्रंथ हा आहे. ख्रिस्तधर्मियांची सर्वांत मोठी लोकसंख्या आढळून येते. इ.स. २००१ च्या आकडेवारीनुसार ती १९० कोटी असून एकूण लोकसंख्येच्या जवळपास ३२ टक्के आहे. जगातील सर्वांत मोठा अनुयायी असलेला धर्म म्हणून ख्रिश्चन धर्म मानला जातो. जगातील एकूण ख्रिश्चन धर्मियांपैकी आफ्रिका २४ कोटी, आशिया २३ कोटी, युरोप ५९ कोटी, ऑस्ट्रेलिया ३ कोटी, दक्षिण अमेरिका ३४ कोटी व उत्तर अमेरिकेत ४७ कोटी लोकांचे वास्तव्य आहे. भूभागाचा विचार करता जगाच्या प्रत्येक कानाकोपऱ्यात ख्रिश्चनधर्मीय लोक आढळतात. आशिया, आफ्रिका, युरोप, ऑस्ट्रेलिया, उत्तर व दक्षिण अमेरिकेतील बहुतांश देशांमध्ये ख्रिश्चन धर्माचे लोक आढळतात. (तक्ता क्र. ६.५ पहा)

येशूख्रिस्ताचा प्रभू म्हणून ज्यांनी स्वीकार केला त्यांना 'ख्रिश्चन' असे संबोधले जाते. जेरुसलेम येथे येशूला सुळी देण्यात आल्यावर ते पुन्हा जीवित झालेत; तेव्हापासून ख्रिश्चन धर्माबद्दल लोकांच्या मनात आस्था निर्माण झाली. या धर्मात कॅथॉलिक व प्रोटेस्टंट असे दोन पंथ आहेत. कॅथॉलिक पंथात चर्चला मोठ्या प्रमाणात महत्त्व देतात. तर प्रोटेस्टंट पंथीय चर्चला फारसे महत्त्व देत नाहीत. ख्रिश्चन लोक मृताचे दफन एका विशिष्ट क्षेत्रात करतात, त्याला 'सिमेट्री' म्हणतात. ख्रिश्चन धर्मात सामाजिक भेदभावाला कोणताही थारा नाही. या धर्मात एकच देवता मानली जाते आणि ती म्हणजे येशू. ख्रिश्चन धर्म सर्वव्यापी आहे.

२.   हिंदू धर्म (Hindu Religion) : ख्रिस्त पूर्व १५००च्या सुमारास या धर्माची स्थापना झाली. या धर्मात उपनिषदे, वेद व भगवद्गीता हे पवित्र ग्रंथ मानले जातात. हिंदू धर्म भारतातील एक प्रमुख धर्म मानला जातो. हिंदू धर्माची नेमकी स्थापना केव्हा झाली आणि कोणी केली या संदर्भात नेमका खुलासा आढळत नाही. २००१च्या आकडेवारीनुसार जगात हिंदू धर्मियांची संख्या १०५ कोटी असून त्यांचे प्रमाण एकूण जागतिक लोकसंख्येच्या १८ टक्के एवढे आहे. हिंदू धर्मीय लोक म्यानमार, मलेशिया, अमेरिका, सौदी अरेबिया, मॉरिशस, ग्रेट ब्रिटन, कॅनडा, श्रीलंका, कुवेत, सिंगापूर इत्यादी देशांतही आहे. परंतु भारत आणि नेपाळ या दोन देशांत हा प्रमुख धर्म आहे. (तक्ता क्र. ६.५)

खंडानुसार जगातील विविध धर्मांच्या लोकांची संख्या (२००१)

अ.नं.	धर्म	लोकसंख्या (कोटी)	टक्केवारी
१.	ख्रिश्चन	१९०	३२.२९
२.	मुस्लीम	१२२	२०.७१
३.	हिंदू	१०५	१७.०९
४.	बौद्ध	०३८	०६.०५
५.	चिनी	१३२	२२.०५

तक्ता क्र. ६.४

जगातील विविध धर्मांच्या लोकांची संख्या (२०१३)

अ.नं.	धर्म	लोकसंख्या (दशलक्ष)
१.	ख्रिश्चन	२३५५
२.	मुस्लीम	१६३५
३.	हिंदू	९८२
४.	निधर्मी	६८४
५.	बौद्ध	५१०
६.	चिनमधील पारंपारिक धर्म	४३३
७.	ज्यू	१५

तक्ता क्र. ६.५

हिंदू धर्म इतर धर्मांपेक्षा वैशिष्ट्यपूर्ण मानला जातो. धर्मात अनेक देव-देवतांची पूजा केली जाते. वर्णव्यवस्था निर्माण झालेली आहे. वर्णाचा व्यवसायाशी संबंध जोडला जातो. त्यामुळे काही वेळेस आर्थिक विकासावर विपरीत परिणाम होण्याची शक्यता असते. अहिंसा, सहिष्णुता, खरे बोलणे, पाप-पुण्य या गोष्टींना फार महत्त्व दिले जाते. मृताचे अंत्यसंस्कार केले जातात. या धर्मात देव-देवतांबरोबरच निसर्गातील बऱ्याच गोष्टींना देवता मानले जाते. त्यामुळे पर्यावरण संतुलनास व संवर्धनाला प्रत्यक्ष-अप्रत्यक्ष मदत होते.

३. बौद्ध धर्म (Buddha Religion) : ख्रिस्तपूर्व ५०० मध्ये गौतमबुद्धांनी बौद्ध धर्माची स्थापना केली. या धर्माचा उदय भारतातच झालेला आहे. 'त्रिपिटक' हा या धर्माचा पवित्र ग्रंथ आहे. या धर्माच्या अनुयायांची संख्या २००१च्या आकडेवारीनुसार ३८ कोटी असून, ती जागतिक टक्केवारीच्या ६.५ टक्के आहे. या धर्माचा प्रसार भारतानंतर

चीन, जपान, तैवान, कोरिया, म्यानमार, थायलंड या देशांमध्ये झाला. भारतापेक्षा वर उल्लेख केलेल्या देशांमध्ये या धर्माचे मोठे प्राबल्य आहे. (तक्ता क्र. ६.५ पहा)

बौद्ध धर्म कठोर आचरण व आध्यात्मिक शिस्तीवर आधारित आहे. या धर्मात 'निर्वाण' ही अवस्था अत्यंत महत्त्वाची मानली जाते. या अवस्थेत कर्म समाप्त होते व पृथ्वीवर पुनर्जन्म होण्यापासून मुक्ती मिळते. या धर्माच्या तत्त्वात म्हटले आहे की, माणसाला तृष्णा असल्यामुळे दु:ख होते. तृष्णा व अविद्या नष्ट झाली तर दु:खमुक्त स्थिती अनुभवायला येते. बौद्ध लोक पॅगोडाला पवित्र मानतात.

४.   **मुस्लीम धर्म (Muslim Religion) :** या धर्माची स्थापना १३०० वर्षांपूर्वी झाली. या धर्माचे संस्थापक महंमद पैगंबर आहेत. या धर्माचा पवित्र ग्रंथ कुराण आहे. मुस्लीम वा इस्लाम सर्वव्यापी धर्म आहे. इस्लाम एकेश्वरवादी आधारित आहे. इस्लाम याचा अर्थ 'आत्मसमर्पण' असा होतो. हा धर्म एका समान श्रद्धेवर आधारित आहे. मुस्लीम धर्मात श्रद्धेबद्दल काही नियम आहेत. ते पुढीलप्रमाणे – १) देवावर विश्वास ठेवणे, २) देवदूतांवर विश्वास, ३) कुराणावर विश्वास, ४) पैगंबरावर विश्वास, ५) देव– ईश्वरी निवाड्यावर विश्वास. सर्व मुस्लीमधर्मीय आपल्या स्वत:वर काही बंधने पाळणे आवश्यक मानतात. यात ईश्वरी आस्थेबद्दलचे व्रतपालन, रोज सामुदायिक नमाज पढ़णे, गरीब लोकांसाठी जकात देणे, रमजानच्या महिन्यात उपवास करणे, शारीरिक व आर्थिकदृष्ट्या शक्य असल्यास 'हज' यात्रेला जाणे यांचा समावेश होतो. धर्मांतर घडवून आणण्यात इस्लाम धर्म अग्रेसर असल्यामुळे त्याचा प्रसार आणि प्रचार लवकर झाला.

मुस्लीम धर्मात दोन पंथ मानले जातात – १) शिया, २) सुन्नी. सुन्नी पंथीयांची संख्या ९० टक्के आहे, तर उर्वरित शिया पंथीय आहेत. मुस्लीमधर्मीय आशिया, आफ्रिका व युरोप खंडांमध्ये आहेत.

मक्का शहर पैगंबरांचे जन्मठिकाण असून ते पवित्र ठिकाण म्हणून मानले जाते. इस्लामी संस्कृतीची अत्यंत पवित्र वास्तू काबा–अल–हरमल शरीफ मक्केत आहे. मक्केबरोबरच मदीना हे शहर या धर्माच्या दृष्टीने पवित्र ठिकाण म्हणून मानले जाते. इस्लामची पहिली मशीद मदीना येथे बांधण्यात आली होती. या मशिदीत पैगंबरांची कबर आहे. मुस्लीमधर्मीय मशिदींना अत्यंत पवित्र मानतात. मशिदींना प्रार्थना व विचारमंथनाचे केंद्र मानले जाते. मुस्लीम मृतांचे दफन करतात.

धर्म व राष्ट्रीय एकात्मता (Religion and Unity of Nation)

धर्म राष्ट्र-बांधणीसाठी अत्यंत महत्त्वाची भूमिका बजावतात. धर्माच्या आचारविचारांच्या पगड्यावर राष्ट्राची ताकद अवलंबून असते. आधुनिक काळात धर्माला

'अफू' असे म्हटले जाते. ज्या ज्या वेळेस एखादे संकट येते त्या त्या वेळेस लोक धर्माच्या झेंड्याखाली एकत्र येऊन लढा देतात. धर्मामुळे एकीची भावना रुजण्यास मदत होते. समाजात धर्माभिमान असतो. समधर्मियांमध्ये एकमेकांमध्ये आपुलकीची भावना निर्माण होते. मूर्तीपूजा, ग्रंथपूजा, विभूतिपूजा, चर्च, मंदिरे, पॅगोडा, मशिदी इत्यादी प्रार्थनास्थळे यांचा राष्ट्रीय एकात्मतेवर परिणाम होत असतो.

धर्म जसा एकीची भावना निर्माण करतो तसाच तो धर्मा-धर्मांमध्ये वाद निर्माण करून दुही निर्माण करण्याचाही प्रयत्न करत असतो. हिंदू-मुसलमान, हिंदू-बौद्ध, यहुदी-मुसलमान, ख्रिश्चन-इस्लाम यांच्यात वाद निर्माण होऊन बऱ्याच समाजांमध्ये मोठ्या प्रमाणावर दरी निर्माण होण्याची शक्यता असते. बऱ्याच वेळेस धर्मप्रसार करत असताना समाजात संघर्षाची भावना निर्माण होण्याची शक्यता असते. भारतातील राजकारणाचा विचार करता काही राजकीय पक्ष धर्माशी निगडित असलेले दिसतात. थोडक्यात, राजकारणासाठीसुद्धा धर्माचा उपयोग केला जात असतो. धार्मिक तेढ वाढवून त्याचा राजकीय फायदा उठविला जातो.

जागतिक पातळीवर काही राष्ट्रांत एकाच प्रमुख धर्माच्या लोकांचे प्राबल्य आढळून येते. त्याचा परिणाम देश एकसंघ राहण्यावर झालेला दिसतो. भारतात अनेक जाती, पंथ, भाषा, विचार असले तरी राज्यघटनेने सर्वांना समानतेचा हक्क दिलेला असल्याने भारतीय संघराज्याची एकता टिकून आहे.

भारतातील धर्मानुसार लोकसंख्या व टक्केवारी
(२००१ च्या जनगणनेनुसार)

अ.नं.	धर्म	लोकसंख्या	टक्केवारी
१.	हिंदू	८२७५७८८६८	८०.५
२.	मुस्लीम	१३८१८८२४०	१३.४
३.	ख्रिश्चन	२४०८००१६	२.३
४.	शीख	१९२१५७३०	१.९
५.	बौद्ध	७९५५२०७	०.८
६.	जैन	४२२५०५३	०.४
७.	इतर	७३६७२१४	०.७

(टिप : भारतातील धर्मानुसार लोकसंख्या व टक्केवारी २०११ च्या जनगणनेनुसार पहावी.)

तक्ता क्र. ६.६

६.४ भारतातील भाषा (Languages in India)

भारतातील सर्व भाषा व बोली-भाषांची संख्या १६०० पेक्षा जास्त आहे. यातील ३३ भाषा एक लाखापेक्षा अधिक लोकांकडून बोलल्या जातात. भारतीय भाषांचे पुढीलप्रमाणे प्रमुख सहा गट पडतात – १) निग्रोइड, २) ऑस्ट्रिक, ३) तिबेटी, ४) द्रविड, ५) इंडो आर्यन आणि ६) इतर.

इंडो आर्यन व द्रविडी हे भाषागट महत्त्वाचे असून देशातील भाषा या दोन गटांत मोडतात. इंडो-आर्यन गटातील भाषा आर्यांबरोबर भारतात आल्या. देशातील ७५ टक्के लोक या गटातील भाषा बोलतात. या गटात हिंदी, उरिया, आसामी, बंगाली, पंजाबी,

भारतातील प्रमुख भाषा व भाषिकांची टक्केवारी

अ.नं.	भाषा	टक्केवारी	कोणत्या राज्यात बोलली जाते
१.	हिंदी	४१.०३	हिमाचल, म.प्रदेश, उ.प्रदेश, बिहार, राजस्थान, हरियाणा, दिल्ली.
२.	बंगाली	८.११	प. बंगाल, त्रिपुरा, आसाम
३.	तेलगू	७.१९	आंध्र प्रदेश
४.	मराठी	६.९९	महाराष्ट्र, गोवा
५.	तामीळ	५.९१	तामिळनाडू, पाँडिचेरी
६.	उर्दू	५.०१	काश्मीर, उत्तर प्रदेश, बिहार
७.	गुजराती	४.४८	गुजरात, दमण, दीव
८.	कन्नड	३.६९	कर्नाटक
९.	मल्याळम्	३.२१	केरळ
१०.	उरिया	३.२१	ओरिसा
११.	पंजाबी	२.८३	पंजाब, चंदीगड
१२.	आसामी	१.२८	आसाम
१३.	काश्मिरी	०.५४	जम्मू-काश्मीर
१४.	नेपाळी	०.२८	उत्तर प्रदेश
१५.	सिंधी	०.२५	पंजाब
१६.	कोकणी	०.२४	महाराष्ट्र, गोवा
१७.	मणिपुरी	०.१४	मणिपूर

तक्ता क्र. ६.७

सिंधी, उर्दू, गुजराती, मराठी, संस्कृत या भाषांचा समावेश होतो. द्रविडी गटात तेलगू, तामीळ, कन्नड, मल्याळम् या दक्षिण भारतीय भाषांचा समावेश होतो.

हिंदी ही भारताची राष्ट्रीय भाषा आहे. भारतातील राज्यांची रचना भाषेवर आधारित आहे. भाषावार प्रांतरचना जरी झालेली असली तरी एका राज्यात एक किंवा दोन भाषा बोलल्या जातात.

भारतातील प्रमुख धर्म (Major Religion in India)

भारतात विविध धर्मांचे लोक राहतात. हिंदू, जैन, शीख व बौद्ध धर्म हे इथे उदयाला आले आहेत. बौद्ध धर्म भारताबरोबरच आशिया खंडातील पूर्वेकडील देशांत विस्तारला आहे. भारतीय संस्कृती सहिष्णू असल्याने मुस्लीम, ख्रिश्चन व पारशी धर्मीय लोकसुद्धा देशात एकत्र राहण्याची फार जुनी परंपरा आहे. हिंदू हा भारतातील प्रमुख धर्म आहे. जम्मू-काश्मीर मुस्लीम बहुसंख्याक राज्य आहे. तसेच उत्तर भारतातील उत्तर प्रदेश, बिहार, आसाम, प. बंगाल या राज्यात मुस्लीमधर्मियांची संख्या बऱ्यापैकी आहे. केरळ, गोवा, नागालँड व मिझोराम या राज्यांत ख्रिश्चनधर्मीय लोकांचे प्राबल्य आहे. बौद्धधर्मीय जास्त करून महाराष्ट्र, लडाख, सिक्कीम व अरुणाचल प्रदेशात आढळतात. राजस्थान, गुजरात व महाराष्ट्र राज्यात जैनधर्मीय लोकांचे प्राबल्य आहे; तर शीखधर्मीय लोक पंजाब राज्यात आढळतात.

२००१ च्या जनगणना अहवालानुसार भारताच्या लोकसंख्येत हिंदूधर्मीय ८०.५ टक्के होते, तर मुस्लीमधर्मीय १३.४ टक्के होते. भारतातील विविध धर्मीय लोकांची टक्केवारी पुढीलप्रमाणे :–

भारतातील धर्मानुसार लोकसंख्या (टक्केवारीत)

अ.नं.	धर्म	१९६१	१९७१	१९८१	१९९१	२००१
१.	हिंदू	८३.५	८२.७	८२.६	८२.४	८०.५
२.	मुस्लीम	१०.७	११.२	११.४	११.७	१३.४
३.	ख्रिश्चन	२.४	२.६	२.४	२.३	२.३
४.	शीख	१.८	१.९	२.०	२.०	१.९
५.	बौद्ध	०.७	०.७	०.७	०.८	०.८
६.	जैन	०.५	०.५	०.५	०.४	०.४
७.	इतर	०.४	०.४	०.४	०.४	०.७

तक्ता क्र. ६.८

प्रश्नसंच

अ. प्रत्येकी २० शब्दांत उत्तरे लिहा.

१. मानवी संस्कृती म्हणजे काय?

२. जगातील प्रमुख भाषा कोणत्या?

३. धर्माची व्याख्या सांगा.

४. हिंदूधर्मियांचे प्राबल्य असलेले देश कोणते?

५. भारतातील प्रमुख भाषा सांगा.

६. जगातील कोणत्याही चार प्रमुख धर्मांची नावे लिहा.

ब. प्रत्येकी ५० शब्दांत उत्तरे लिहा.

१. भाषा व राष्ट्रीय एकात्मता

२. धर्म व राष्ट्रीय एकात्मता

३. मानवी संस्कृती

क. प्रत्येकी १५० शब्दांत उत्तरे लिहा.

१. ख्रिश्चन धर्माविषयी सविस्तर माहिती लिहा.

२. हिंदू धर्माविषयी माहिती लिहा.

३. मुस्लीम धर्माविषयी सविस्तर माहिती लिहा.

४. बौद्ध धर्माविषयी माहिती लिहा.

५. भारतातील विविध प्रमुख भाषांवर माहिती लिहा.

ड. प्रत्येकी ३०० शब्दांत उत्तरे लिहा.

१. धर्म म्हणजे काय? जगातील प्रमुख धर्मांची चर्चा करा.

२. भाषा म्हणजे काय? जगातील प्रमुख भाषाविषयक चर्चा करा.

३. राष्ट्रीय एकात्मतेमध्ये धर्म व भाषेची भूमिका स्पष्ट करा.

७ मानवी स्थलांतर
Migration

७.१ प्रस्तावना (Introduction)

मानवी स्थलांतर हे लोकसंख्याशास्त्राच्या अभ्यासातील महत्त्वाचा घटक आहे. जन्मदर, मृत्युदर यांचा जसा लोकसंख्याबदलावर परिणाम होतो, तसाच स्थलांतराचाही होतो. मानव विकासाच्या वेगवेगळ्या अवस्थांमध्ये स्थलांतर घडून येत असते. स्थलांतर म्हणजे व्यक्तीचा स्थलात होणारा बदल. मानव किंवा मानवी समूह एका भागातून दुसऱ्या भागात जातो या क्रियेला 'स्थलांतर' म्हणतात. 'स्थलांतर' या शब्दाचा रेव्हेनस्टाईन यांनी प्रथमत: १८८५ मध्ये 'स्थलांतराचे नियम' या शोधनिबंधात प्रयोग केला.

७.२ स्थलांतराची व्याख्या (Defination of Migration)

'एका भौगोलिक भागातून किंवा राजकीय भागातून दुसऱ्या भौगोलिक किंवा राजकीय भागात अल्पकाळासाठी किंवा दीर्घ काळासाठी वास्तव्य करण्याच्या हेतूने जाणाऱ्या व्यक्तीच्या किंवा व्यक्ती-समूहाच्या हालचालीस 'स्थलांतर' असे म्हणतात.'

स्थलांतरामुळे लोकसंख्यावाढीचा समतोल राखला जातो. अलीकडे वाहतुकीच्या सोयी मोठ्या प्रमाणात उपलब्ध झाल्यामुळे स्थलांतरात मोठ्या प्रमाणात वाढ झालेली आहे. स्थलांतरामुळे तीन घटकांमध्ये बदल घडून येतो. स्थलांतर ज्या भागातून घडते, त्या भागातील समाजरचनेवर त्याचा परिणाम होतो. जेथे स्थलांतर होते त्या भागातील समाजरचनेवरही परिणाम होतो आणि तिसरा बदल स्थलांतर करणाऱ्या व्यक्तीत घडून येत असतो. स्थलांतरामुळे लोकसंख्यावाढीचा समतोल राखला जातो. अलीकडे वाहतुकीच्या सोयी मोठ्या प्रमाणात उपलब्ध झाल्यामुळे स्थलांतर मोठ्या प्रमाणात वाढलेले आहे.

७.३ स्थलांतराचे प्रकार (Types of Migration)

स्थलांतर वेगवेगळ्या कारणांमुळे होते. स्थलांतराचे वेगवेगळ्या पद्धतीने वर्गीकरण केले जाते. तसेच स्थलांतराचे प्रमुख दोन प्रकार पाडले जातात – १) देशांतर्गत/अंतर्गत २) आंतरराष्ट्रीय. स्थलांतराचे अंतर, हेतू, काळ आणि स्थलांतरित व्यक्तींच्या संख्येवरूनही प्रकार पाडले जातात.

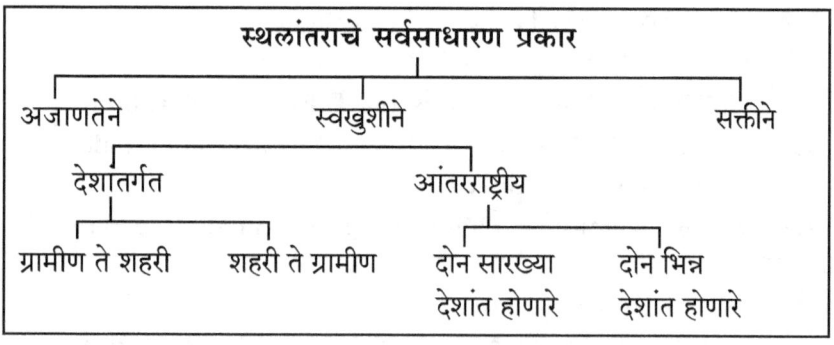

तक्ता क्र. ७.१

अंतर आणि काळानुसार स्थलांतराचे प्रकार पुढीलप्रमाणे –

१. **अंतरानुसार स्थलांतराचे प्रकार (Types of Migration According to Distance)**

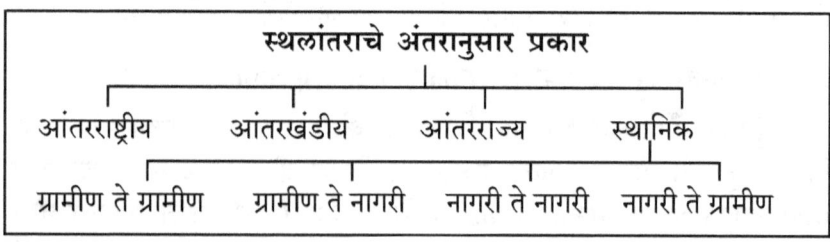

तक्ता क्र. ७.२

अ. **आंतरखंडीय स्थलांतर (Inter Continental Migration) :** एका खंडातून दुसऱ्या खंडात अल्पकाळासाठी किंवा दीर्घ काळासाठी होणाऱ्या मानवी हालचालीस 'आंतरखंडीय स्थलांतर' असे म्हणतात. अलीकडे वाहतूक व दळणवळणाच्या सुविधांमध्ये मोठ्या प्रमाणात सुधारणा झाल्यामुळे स्थलांतराचे प्रमाण वाढलेले आहे. आशिया खंडातील बरेचसे लोक युरोप व उत्तर अमेरिका खंडात रोजगाराच्या संधीमुळे मोठ्या प्रमाणावर स्थलांतरित होत आहेत.

ब. **आंतरराष्ट्रीय स्थलांतर (Inter Continental Migration) :** आंतरराष्ट्रीय स्थलांतर इतर स्थलांतर प्रकारांपेक्षा जास्त महत्त्वपूर्ण आहे. एका राष्ट्रातून दुसऱ्या राष्ट्रात होणाऱ्या किंवा एका स्वतंत्र किंवा सार्वभौम राष्ट्रातून दुसऱ्या स्वतंत्र सार्वभौम राष्ट्रात होणाऱ्या मानवाच्या हालचालीस 'आंतरराष्ट्रीय स्थलांतर' असे म्हणतात. आंतरराष्ट्रीय स्थलांतराचा लोकसंख्या वाढ, वितरण आणि संरचना यावर मोठा परिणाम होतो. सर्वसाधारणपणे जास्त लोकसंख्या ही अविकसित देशांकडून विकसित देशांकडे स्थलांतरित होते. या स्थलांतरामुळे आर्थिक संतुलन होऊन लोकसंख्यावितरणात वाढ होते. अर्थात, काही वेळेस याच्या विरुद्धही परिस्थिती निर्माण होण्याची शक्यता असते.

क. **आंतरराज्यीय स्थलांतर (Inter State Migration) :** हा देशांतर्गत स्थलांतराचा प्रकार आहे. देशांतर्गत भागात विकासाची पातळी वेगवेगळी असते. सर्वसाधारणपणे अविकसित भागाकडून विकसित भागाकडे स्थलांतर होते. एका राज्यातून दुसऱ्या राज्यात होणाऱ्या स्थलांतरास आंतरराज्यीय स्थलांतर असे म्हणतात. उदा. आसाम, बिहार राज्यांतून महाराष्ट्रामध्ये होणारे स्थलांतर.

ड. **स्थानिक स्थलांतर (Local Migration)**

१. **ग्रामीण ते ग्रामीण (Rural to Rural Migration) :** एका गावाकडून दुसऱ्या गावाकडे होणारे स्थलांतर म्हणजे 'ग्रामीण स्थलांतर' होय. महाराष्ट्रात प्रवरानगर, शिरोली, माळीनगर हा भाग शेतीव्यवसाय संपन्न असून ऊस लागवड मोठ्या प्रमाणावर केली जाते. उसाशी संबंधित साखर कारखाने निर्माण झाल्यामुळे व रोजगाराची संधी उपलब्ध झाल्यामुळे आजूबाजूच्या भागातून लोक या भागाकडे आकर्षित होतात. तसेच सिंधुदुर्ग जिल्ह्यातील 'रेडी' येथे लोहखनिजाच्या खाणी असल्यामुळे लोक रोजगाराच्या निमित्ताने या गावांकडे स्थलांतरित होतात.

२. **ग्रामीण ते शहरी (Rural to Urban Migration) :** भारतातील बहुतेक राज्यात ग्रामीण भागाकडून शहरी भागाकडे स्थलांतराचा ओघ दिसून येतो. ग्रामीण भागाकडून शहरी भागाकडे होणारे स्थलांतर ही सर्वसाधारणपणे निरंतर प्रक्रिया आहे. ग्रामीण भागातील कमी प्रतीचे जीवनमान, गरिबी, बेरोजगारी,

शिक्षणसुविधांचा अभाव, मनोरंजनाचा अभाव या गोष्टी तरुणांना शहरी भागाकडे स्थलांतर करायला भाग पाडतात. शहरी भागात उच्च प्रतीचे जीवनमान, रोजगाराच्या संधी, मनोरंजन इ. गोष्टी मोठ्या स्थलांतरित व्यक्तींना आकर्षित करतात. आज वाहतुकीच्या सुविधा मोठ्या प्रमाणावर वाढल्यामुळे ग्रामीण भागातील लोक शहरी भागाकडे स्थलांतर करताना दिसतात. उदा. मुंबई. मुंबई हे नैसर्गिक बंदर सर्व वाहतुकीच्या सुविधांनी जोडलेले आहे, औद्योगिक विकास यामुळे महाराष्ट्रातील इतर ग्रामीण भागाप्रमाणेच भारताच्या कानाकोपऱ्यातूनही लोक येथे स्थलांतरित झालेले आहेत.

३. **शहरी ते शहरी (आंतरनागरीय) (Urban to Urban Migration) :** एका शहराकडून दुसऱ्या शहराकडे होणाऱ्या स्थलांतरास 'आंतरनागरीय स्थलांतर' असे म्हटले जाते. लहान शहराकडून मोठ्या शहराकडे स्थलांतर होते. पुण्यासारख्या मोठ्या शहरात विविध प्रकारच्या सुविधा, शिक्षणाची सोय, रोजगाराची उत्कृष्ट संधी या गोष्टींमुळे सोलापूर, सातारा, लातूर यासारख्या शहरातील लोक स्थलांतर करतात.

४. **शहरी ते ग्रामीण (Urban to Rural Migration) :** सेवानिवृत्त कर्मचारी, सैनिक, वृद्ध किंवा ज्यांना शांततेने जीवन जगण्याची इच्छा आहे असे लोक शहरी भागाकडून ग्रामीण भागाकडे स्थलांतर करतात. शहरांमध्ये महागड्या किंवा अपुऱ्या निवाससोयी स्थलांतराला कारणीभूत ठरतात. शहराकडून ग्रामीण भागात मोठे उद्योगधंदे निघतात. अशा वेळेस शहरी भागाकडून या उद्योजकांना रोजगाराची संधी निर्माण झाल्यामुळे लोक स्थलांतर करतात. उदा. सातपाटी. सातपाटी येथे सागर अन्न संस्करण केंद्र असल्यामुळे येथे शहरी भागातील लोकसुद्धा रोजगाराच्या निर्माणाने स्थलांतरित झालेले आहेत.

२. कालावधीनुसार स्थलांतराचे प्रकार (Types of Migration According to Period)

स्थलांतराचे कालावधीवरूनही वर्गीकरण केले जाते. कोणतेही स्थलांतर कायमस्वरूपी नसते. स्थलांतर अल्पकाळासाठी, तात्पुरते व प्रासंगिक स्वरूपाचे असते. कालावधीनुसार स्थलांतराचे पुढील प्रकार पडतात –

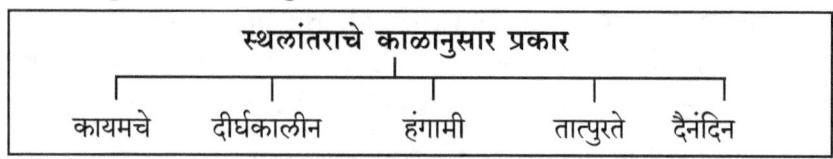

स्थलांतराचे काळानुसार प्रकार

- कायमचे
- दीर्घकालीन
- हंगामी
- तात्पुरते
- दैनंदिन

तक्ता क्र. ७.३

अ. कायमस्वरूपी स्थलांतर (Permanent Migration) : एका विभागातून किंवा प्रदेशातून दुसऱ्या विभागात किंवा प्रदेशात कायमस्वरूपी वास्तव्य करण्याच्या दृष्टीने केलेली हालचाल म्हणजे 'कायमस्वरूपी स्थलांतर' होय. या स्थलांतर प्रकारात स्थानांतरीय व्यक्ती मूळ प्रदेशात परत येत नाही. स्थलांतरीय व्यक्ती त्या त्या देशाचे नागरिकत्व पत्करत असतात. अशा प्रकारच्या स्थलांतरामागे अनेकविध कारणे असतात. चांगल्या नोकरीची संधी, उच्च राहणीमान, आल्हाददायक हवामान इ. कारणांमुळे स्थलांतरित व्यक्ती आकर्षित होते व कायमस्वरूपी स्थलांतर करण्याचा निर्णय घेते. उदा. भारतातून अमेरिकेकडे होणारे स्थलांतर.

ब. दीर्घकालीन स्थलांतर (Longtime Migration) : एका ठिकाणाहून दुसऱ्या ठिकाणी दीर्घ कालावधीसाठी स्थलांतर केले जाते, त्या स्थलांतराला 'दीर्घकालीन स्थलांतर' असे म्हटले जाते. पूर्वी युरोपीय लोकांनी आशियाई, आफ्रिकन राष्ट्रांमध्ये आपले बस्तान बसवले होते, परंतु नंतर त्यांना आपल्या देशात परत जावे लागले.

क. हंगामी स्थलांतर (Seasonal Migration) : हंगामानुसार किंवा ऋतूनुसार होणाऱ्या स्थलांतरास 'हंगामी स्थलांतर' असे म्हणतात. आदिवासी लोक आपले अन्न मिळविण्यासाठी शिकार, मासेमारी किंवा अन्नपदार्थ गोळा करण्याच्या उद्देशाने एका ठराविक काळासाठी एका भागातून दुसऱ्या भागात स्थलांतरित होतात. हा प्रकार हंगामी स्थलांतरामध्ये समाविष्ट केला जातो. फ्रान्समधील आल्प्स पर्वतभागातील पशुपालक उन्हाळ्यात आपली गुरे घेऊन पर्वताच्या भागात जातात. हिवाळा सुरू झाला की, पर्वत पायथ्याच्या भागात किंवा सपाट भागात परत येतात. ह्याला 'घोषयात्रा' असे म्हटले जाते. याचाही हंगामी स्थलांतरामध्ये समावेश केला जातो. उत्तर महाराष्ट्रातील धुळे, नंदुरबार भागातील लोक ऊसतोडणीच्या निमित्ताने गुजरातमध्ये जातात. ऊसतोडणी संपली की पुन्हा आपल्या मूळ भागात परत येतात. अशा प्रकारचे स्थलांतर 'हंगामी स्थलांतर' म्हणून ओळखले जाते.

ड. तात्पुरते स्थलांतर (Temporary Migration) : आपल्या कायमस्वरूपी निवासापासून काही काळासाठी किंवा अल्पकाळासाठी स्थलांतर करतात, त्या स्थलांतराला 'तात्पुरते स्थलांतर' असे म्हणतात. स्थलांतर करण्यापूर्वीच नव्या ठिकाणी वास्तव्याचा कालावधी निश्चित झालेला असतो. एका देशातून दुसऱ्या देशात ठराविक कालावधीसाठी वास्तव्याचे पारपत्र घेऊन केलेले स्थलांतर या प्रकारचे असते. अशा प्रकारचे स्थलांतर करण्याचा उद्देश जास्तीत जास्त आर्थिक मिळकत मिळविणे, जीवनमान उंचावणे हा असतो. आफ्रिकेतील स्थलांतरित व्यक्तींचा या प्रकारात समावेश होतो. पूर्व

आणि मध्य आफ्रिकेतून नैरोबीकडे खाणकाम व्यवसायाच्या निमित्ताने होणारे स्थलांतर या प्रकारात वर्गीकृत केले जाते. जुन्नर भागातून मोठ्या प्रमाणावर लोक मुंबईकडे व्यवसाय किंवा नोकरीच्या निमित्ताने जातात. ठराविक काळ संपल्यावर परत आपल्या मूळ गावी येतात, अशा स्वरूपाच्या स्थलांतराचे तात्पुरते स्थलांतरात वर्गीकरण केले जाते.

इ. **दैनंदिन स्थलांतर (Daily Migration) :** थोड्या कालावधीसाठी किंवा दररोज कामाच्या निमित्ताने होणारे स्थलांतर 'दैनिक' किंवा 'दैनंदिन स्थलांतर' होय. जगातील सर्व मोठ्या शहरांच्या सभोवतालच्या भागातून लोक कामाच्या निमित्ताने शहरांकडे येतात, काम झाले किंवा कार्यालयातील कामकाजाची वेळ संपली की परत आपल्या घरी जातात. भाजी विकणारे, दूधवाले, रिक्षाचालक, मजूर, विद्यार्थी इ. लोक किंवा व्यक्ती दैनिक स्थलांतर करतात. खरेदीसाठी किंवा करमणुकीसाठी केलेले स्थलांतरसुद्धा या प्रकारात वर्गीकृत केले जाते.

७.४ स्थलांतराची कारणे (Causes of Migration)

पृथ्वीतलावर प्राकृतिक, आर्थिक, सामाजिक, सांस्कृतिक, लोकसंख्या- शास्त्रीय, राजकीय व तांत्रिक परिस्थितीत स्थळपरत्वे भिन्नता आढळते. या भिन्नतेमुळे लोक प्रतिकूल प्रदेशाकडून अनुकूल प्रदेशाकडे स्थलांतर करतात. जे घटक मोठ्या प्रमाणात आकर्षित करतात, अशा भागाकडे स्थलांतर जास्त होताना दिसते. आकर्षित करणाऱ्या घटकांबरोबरच थंड हवेचे ठिकाण, धार्मिक स्वातंत्र्य, आचारविचारांचे स्वातंत्र्य या गोष्टीही स्थलांतरास कारणीभूत ठरतात. स्थलांतरावर खालील घटक परिणाम करतात.

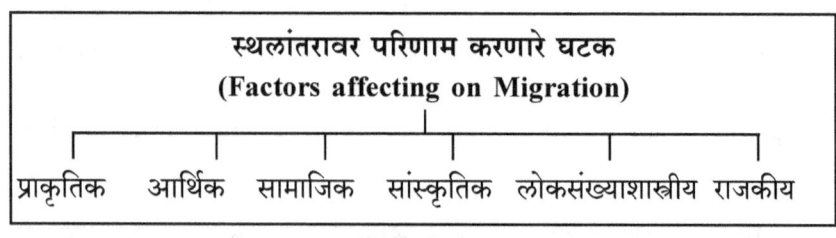

स्थलांतरावर परिणाम करणारे घटक
(Factors affecting on Migration)

प्राकृतिक | आर्थिक | सामाजिक | सांस्कृतिक | लोकसंख्याशास्त्रीय | राजकीय

तक्ता क्र. ७.४

१. **प्राकृतिक घटक (Physical Factors) :** निसर्गाच्या प्रतिकूलतेमुळे जीवन असाहाय्य होते, ते सुसह्य करण्यासाठी लोक आपले मूळ स्थान सोडतात. वारंवार होणारे भूकंप, ज्वालामुखीचे उद्रेक, पूर, दुष्काळ या नैसर्गिक आपत्ती लोकांना स्थलांतर करायला भाग पाडतात. ऑक्टोबर २००५ मध्ये झालेल्या पाकिस्तान व जम्मू-काश्मीरमधील भूकंपामुळे कित्येक लोक आपले मूळ स्थान सोडून दुसऱ्या सुरक्षित स्थळी जाऊन स्थायिक

झाले. जुलै-ऑगस्ट २००५ मधील अतिवृष्टीमुळे कोकण आणि पश्चिम महाराष्ट्रात महापुरामुळे उडालेल्या हाहाकारामुळे कित्येक लोक स्थलांतरित झाले. १९७२ मध्ये तापी नदीला आलेल्या महापुरामुळे नदीकाठावरील काही गावांना स्थलांतरित व्हावे लागले. अशा प्रकारे निरनिराळ्या नैसर्गिक आपत्तीचा स्थलांतरावर परिणाम होतो.

११ मार्च २०११ रोजी जपानमध्ये झालेल्या भूकंपामुळे कित्येक लोकांनी आपले मूळ स्थान सोडून दुसऱ्या ठिकाणी स्थायिक झाले. उत्तर भारतामध्ये जून २०१३ मध्ये आलेल्या महापूराचा तडाखा ४२०० गावांना बसला. या गावामधील काही लोक इतरत्र स्थायिक झाले. २५ एप्रिल २०१५ रोजी नेपाळमध्ये झालेल्या भूकंपामुळे लोकांनी आपले मूळ निवासस्थान सोडून इतरत्र स्थलांतर केले.

२. **आर्थिक घटक (Economic Factors) :** आर्थिक घटकांचा स्थलांतरावर महत्त्वपूर्ण परिणाम होतो. कमी विकसित अर्थव्यवस्था असलेल्या देशांकडून जास्त विकसित अर्थव्यवस्था असलेल्या देशांकडे स्थलांतर होत असते. १९ व्या शतकात युरोपकडून उ. अमेरिका, द. अमेरिका, ऑस्ट्रेलिया या प्रदेशांकडे मोठ्या प्रमाणावर स्थलांतर झाले; कारण या भागात मोठ्या प्रमाणात उपलब्ध असणाऱ्या रोजगाराच्या संधी, खनिज संपत्तीची उपलब्धता, वाहतूकव्यवस्था व औद्योगिक विकास स्थलांतर करायला भाग पाडतात. भारतात ज्या राज्यांत औद्योगिक विकास जास्त आहे, अशा राज्यांकडे स्थलांतराचे प्रमाण जास्त आहे.

३. **सामाजिक आणि सांस्कृतिक घटक (Social and Cultural Factors) :** सामाजिक आणि सांस्कृतिक घटक स्थलांतरावर महत्त्वपूर्ण परिणाम करतात. सामाजिक चालीरीती, धार्मिक स्वातंत्र्य, सांस्कृतिक समानता, राहणीमान, राहणीमानाचा दर्जा या घटकांचा सामाजिक व सांस्कृतिक घटकात समावेश होतो. भारत-पाकिस्तानात फाळणीच्या वेळेस हजारो मुसलमान भारतातून पाकिस्तानात गेले व हजारो हिंदू भारतात आले. बौद्ध धर्माच्या प्रसारासाठी अनेक बौद्ध प्रसारक इतर देशांत गेले. लग्न या सामाजिक रूढीचाही स्थलांतरावर परिणाम होतो. आपापसातील आचार-विचार, रीतीरिवाज आणि सांस्कृतिक मतभेद स्थलांतराला कारणीभूत ठरतात. आर्थिक भावनांचाही स्थलांतरावर परिणाम होतो. दर वर्षी हजारो यात्रेकरू तीर्थस्थळांना भेटी देण्यासाठी जातात. सुशिक्षित लोकांमध्ये स्थलांतराचे प्रमाण जास्त असते. सांस्कृतिक संपर्काच्या हेतूने विद्यार्थी, डॉक्टर, इंजिनिअर उच्च शिक्षण करण्यासाठी विकसित देशांत जातात. सांस्कृतिक समानता व एकमेकांशी असणाऱ्या क्षेत्रीय संबंधामुळे मोठ्या प्रमाणात स्थलांवर होते.

४. **लोकसंख्याशास्त्रीय घटक (Demographic Factors) :** लोकसंख्या-शास्त्रीय घटकात लोकसंख्या वाढ, वयोगट, साधन-संपत्तीच्या दृष्टीने असणारी शक्यता इ. प्रमुख घटकांचा समावेश होतो. लोकसंख्या वाढीत स्थलांतराचा महत्त्वाचा वाटा आहे. सर्वसाधारणपणे तरुण वयोगटात शिक्षण, रोजगार आणि इतर कारणांमुळे स्थलांतराचे प्रमाण जास्त असते.

५. **राजकीय घटक (Political Factors) :** स्थलांतरामध्ये राजकीय घटकांचा महत्त्वाचा सहभाग असतो. १९४७ मध्ये भारत-पाकिस्तान फाळणीच्या वेळेस पाकिस्तानामधून ७३ लाख हिंदू भारतात परतले होते तर ६७ लाख मुस्लीम भारतातून पाकिस्तानात स्थलांतरित झाले होते. राजकीय अशांततेचाही परिणाम स्थलांतरावर होत असतो. १९ व्या शतकात युरोपातील राजकीय अशांततेमुळे अनेक लोक इतर देशांमध्ये स्थलांतरित झाले होते.

६. **तांत्रिक घटक (Technical Factors) :** तांत्रिक प्रगती किंवा तांत्रिक ज्ञानाचा आणि स्थलांतराचा निकटचा संबंध असतो. ज्या व्यक्तीकडे प्रगत तंत्रज्ञान आहे, तो ते उपयोगात आणण्यासाठी ज्या देशात मागणी असते अशा भागाकडे आकर्षित होतो. आज भारतातून युरोपीय देश, ऑस्ट्रेलिया, अमेरिका या भागाकडे मोठ्या प्रमाणावर लोक स्थलांतरित झालेले आहेत. याला प्रामुख्याने त्यांच्याकडे असणारे तंत्रज्ञान कारणीभूत आहे. दुसऱ्या महायुद्धाच्या पूर्वकाळात युरोपियन लोकांनी केवळ आपल्या तंत्रज्ञानाच्या जोरावर आशिया, आफ्रिका खंडातील विविध देशांमध्ये स्थलांतर करून आपले पाय रोवले होते.

स्थलांतराचे परिणाम (Effects of Migration)

एखाद्या प्रदेशातील लोकसंख्या व तेथील साधनसंपत्तीवर स्थलांतराचा परिणाम होतो. स्थलांतराचा प्राकृतिक, आर्थिक, सामाजिक, राजकीय, धार्मिक, सांस्कृतिक जीवनावर परिणाम जाणवतो.

१. **आर्थिक परिणाम (Economical Effects) :** स्थलांतरित व्यक्ती जेथे जाते, तेथील साधनसंपत्तीचा ती पुरेपूर उपयोग करून आपली प्रगती साधते. युरोपमधील लोकांनी संयुक्त संस्थाने, कॅनडा, ऑस्ट्रेलिया, द. अमेरिका इ. देशांमध्ये स्थलांतर करून तेथील अर्थव्यवस्थेला चालना दिली.

२. **सामाजिक परिणाम (Social Effects) :** सामाजिक परिस्थितीवर स्थलांतराचा मोठा परिणाम होतो. ते सामाजिक परिस्थितीवर बरे-वाईट परिणाम घडवून आणत असते. स्थलांतर ग्रामीण भागाकडून शहरी भागाकडे स्थलांतर होत असते. शहरी भागात रोजगाराची

संधी मोठ्या प्रमाणावर असल्यामुळे व जागेची टंचाई असल्यामुळे त्याचा कुटुंबपद्धतीवर परिणाम होतो. कुटुंबे विभक्त किंवा लहान आकाराची असतात. थोडक्यात, एकत्रित कुटुंबपद्धतीचा ऱ्हास होतो. शहरी भागातील लोक व ग्रामीण भागातील लोकांमध्ये वैचारिक भिन्नता असते. याचा परिणाम वैचारिक मतभिन्नतेवर होतो. नागरी भागात विवाहपद्धत, विवाहाकडे पाहण्याचा दृष्टिकोन, सामाजिक जबाबदारी, सहजीवन या सर्वांमध्ये मोठ्या प्रमाणावर बदल घडून येत असतो. एकूणच शहरी भागात आचारविचारांचे स्वातंत्र्य असल्यामुळे एका वेगळ्या प्रकारची समाजरचना तयार होत असते.

अर्थात, नागरी भागात अनेक जातींचे, धर्मांचे, पंथांचे आणि वंशांचे लोक एकत्रित राहात असल्यामुळे सामाजिक एकता कमी झालेली दिसते.

३. सांस्कृतिक परिणाम (Cultural Effects) : स्थलांतर सांस्कृतिक परिस्थितीवर परिणाम करते. स्थलांतराचा भाषा, धर्म, साक्षरता, लोकांच्या रूढी-परंपरा, चालीरीती यांवर परिणाम होतो. ज्या वेळेस व्यक्ती नवीन प्रदेशात जाते तेव्हा तिला अनेक प्रकारच्या अडचणींना सामोरे जावे लागते. जेव्हा आर्थिक व राजकीयदृष्ट्या सक्षम लोक मोठ्या प्रमाणावर स्थलांतर करतात तेव्हा त्यांच्या भाषा, धर्म व संस्कृतीचा स्थलांतर केलेल्या प्रदेशावर परिणाम होतो. इंग्रजांनी भारतात स्थलांतर केल्यामुळे त्यांच्या इंग्रजी भाषेचा व ख्रिश्चन धर्माचा प्रसार आपल्या देशात मोठ्या प्रमाणावर झाला. सारख्या वर्गाचे लोक एकत्रित राहण्याचा प्रयत्न करत असतात. काही वेळेस धर्म व भाषेमुळे वादंग किंवा मतभिन्नता निर्माण होऊ शकते. शिक्षित लोकच स्थलांतर करू शकतात. स्थलांतरामुळे साक्षरतेच्या प्रमाणात वाढ होत असते. स्थलांतरामुळे प्रामुख्याने तांत्रिक ज्ञानात वाढ होऊन त्याच्या प्रसाराला मदत होते स्थलांतरामुळे लोकांच्या चालीरीती, रूढी-परंपरा यांच्यातही बदल होतो.

४. जैविक परिणाम (Biological Effects) : ग्रामीण भागाकडून नागरी भागाकडे स्थलांतर होते. स्थलांतरित व्यक्तींमुळे शहरात मोठ्या प्रमाणावर त्यातून वेगवेगळ्या नागरी समस्या निर्माण होत असतात. स्थलांतरित व्यक्तींना नागरी भागातील प्रदूषणाला तोंड द्यावे लागते. शहरी भागात निवासाच्या समस्या, हवा-प्रदूषण, जल-प्रदूषण, आवाज-प्रदूषण यामुळे वेगवेगळ्या रोगांची निर्मिती होते. अनेक प्रकारच्या लोकांचा एकमेकांशी संबंध येत असल्यामुळे त्याचाही परिणाम वेगवेगळ्या प्रकारच्या रोगनिर्मितीवर होतो. स्थलांतरामुळे वेगवेगळ्या वंशांचे लोक एकत्रित आल्यामुळे भिन्न वंशांच्या निर्मितीवर त्याचा परिणाम होतो. नागरी वस्तीचा विस्तार मोठ्या प्रमाणावर होत असल्यामुळे जंगलतोड होते. त्यामुळे वन व प्राणी-संपदेवर त्याचा अनिष्ट परिणाम जाणवतो. अशा प्रकारे स्थलांतराचा मानव, प्राणी व वनसंपदा यावर अनिष्ट परिणाम होतो.

५. राजकीय परिणाम (Political Effects) : स्थलांतराचा राजकीय घडामोडींवर परिणाम होतो. एखाद्या भागात एका विशिष्ट भागातून मोठ्या प्रमाणावर जर लोक आले, तर त्यांच्यात संगठन निर्माण होते. या संघटनेच्या जोरावर त्यांच्यात राजकीय एकता निर्माण होऊन, त्या भागावर त्यांचे राजकीय वर्चस्व प्रस्थापित होते. उदा. मुंबई. मुंबईत उत्तर भारतीय लोकांचे प्रमाण जास्त आहे. त्यांच्या या वाढत्या लोकसंख्येमुळे त्यांचे आमदार, खासदार निवडून येतात. अशा प्रकारच्या राजकीय वर्चस्वामुळे ते आपल्या राजकीय दबावाचा उपयोग वेगवेगळ्या सवलती मिळवून घेण्यात करून घेतात.

६. प्राकृतिक व पर्यावरणीय परिणाम (Physical and Environmental Effects) : स्थलांतराचा प्राकृतिक व पर्यावरणीय दृष्टिकोनातून मोठा परिणाम होतो. हा परिणाम ग्रामीण व शहरी भागावर वेगवेगळ्या प्रकारे जाणवतो. ग्रामीण भागात प्रामुख्याने प्राथमिक स्वरूपाच्या व्यवसायांवर अवलंबून असणारे लोक असतात. भटके लोक प्रामुख्याने स्थलांतरित प्रकारची शेती करू शकतात. शेतीमुळे वनांचे मोठ्या प्रमाणावर नुकसान होऊन निर्वनीकरणाच्या वेगवेगळ्या समस्या तोंड वर काढतात. तसेच मोठ्या प्रमाणावर जमिनीची धूपही होते. भटके लोक आपला उदरनिर्वाह करण्यासाठी पशुपालनाचा व्यवसाय करतात. या व्यवसायामुळे वाळवंटीकरणाची क्रिया होऊन जमिनीची प्रत मोठ्या प्रमाणावर खालावते. अशा प्रकारे ग्रामीण भागातील स्थलांतराचा पर्यावरणाच्या वेगवेगळ्या समस्यानिर्मितीवर परिणाम होतो.

शहरी भागात ग्रामीण भागापेक्षा वेगळ्याच समस्या भेडसावतात. स्थलांतरित व्यक्तीमुळे मोठ्या प्रमाणावर नागरीकरणाची क्रिया होऊन हवा, आवाज व पाण्याचे प्रदूषण मोठ्या प्रमाणावर होते. नागरी भागात राहण्याच्या जागेचे प्रश्नही मोठ्या प्रमाणावर भेडसावतात. वेगवेगळ्या उद्योगधंद्यांची निर्मिती होते. यातून पर्यावरणाचा समतोल ढासळून रोगराईच्या वेगवेगळ्या समस्या निर्माण होतात. सामाजिक मूल्ये ढासळतात. एकूणच सामाजिक, प्राकृतिक पर्यावरण दूषित होते.

७. लोकसंख्याशास्त्रीय परिणाम (Demographical Effects) : स्थलांतरामुळे लोकसंख्याशास्त्रीय परिणाम मोठ्या प्रमाणात जाणवतात. जेथून स्थलांतर होते त्या भागावर व जेथे स्थलांतर होते त्या भूभागात लोकसंख्या वाढ, स्त्री-पुरुष प्रमाण, वयोगट रचना, अवलंबनभार, साक्षरता या बाबतींत वेगवेगळा परिणाम दिसून येतो. स्थलांतर शक्यतो ग्रामीण भागाकडून शहरी भागाकडे होत असते. ग्रामीण भागात लोकसंख्या वाढ कमी होणे, अकार्यकारी वयोगटात वाढ होणे, स्त्रियांचे प्रमाण वाढणे, निरक्षरता वाढणे यासारखे परिणाम जाणवतात. तर शहरी भागाकडे त्याच्या नेमके उलट परिणाम दिसतात.

स्थलांतराचे रॅव्हेनस्टाइनचे नियम (Migration Laws of Raveinstein)

स्थलांतराचा निर्णय व्यक्तीच्या मानसशास्त्रीय परिस्थितीवर अवलंबून असतो. मानवी वर्तणूक सर्वत्र सारखी नसते, त्यामुळे स्थलांतराच्या संदर्भात वेगवेगळे नियम दिसतात.

स्थलांतराचा ऐतिहासिक अभ्यास केल्यानंतर स्थलांतरविषयक काही निष्कर्ष काढता येतात. हे निष्कर्ष स्थलांतरविषयक सर्वसामान्य अशा दिशा दाखवतात. रॅव्हेनस्टाइननामक विद्वानाने १८८५ मध्ये अशा प्रकारच्या अभ्यासामधून काही निष्कर्ष काढले. यांनाच स्थलांतरविषयक नियम असे म्हटले जाते.

१. स्थलांतर हे अंतरावर अवलंबून असते. बहुतेक स्थलांतर कमी अंतरापुरते मर्यादित असते. जसजसे अंतर वाढत जाते, तसतसे स्थलांतराचे प्रमाण कमी होत जाते. व्यापारी किंवा औद्योगिक केंद्र असेल तरच लांबवरून स्थलांतर घडून येते.
२. वेगाने वाढणाऱ्या औद्योगिक केंद्राच्या सभोवतालच्या प्रदेशाजवळ असणारे लोक औद्योगिक केंद्राकडे सर्वप्रथम स्थलांतर करतात. दुसऱ्या प्रदेशातून आलेले लोक त्या मानाने बाहेरच्या बाजूस स्थिरावतात व हळूहळू केंद्राकडे स्थलांतर करतात.
३. स्थलांतरामुळे प्रवाह-प्रतिप्रवाह अशी पद्धती निर्माण होते.
४. स्थलांतराच्या अंतरावर स्त्रियांची संख्या अवलंबून असते. स्थलांतराचे अंतर कमी असेल, तर स्त्रियांचे प्रमाण जास्त असते आणि स्थलांतराचे अंतर जास्त असेल, तर स्त्रियांचे प्रमाण कमी असते.
५. सर्वसाधारणपणे नागरी लोक ग्रामीण लोकांपेक्षा अल्प स्थलांतर करतात.
६. तंत्रज्ञानविकासाचा स्थलांतरावर परिणाम होतो. तांत्रिक विकासामुळे उद्योग व व्यापार विकसित होतो. ज्या भागात उद्योग-व्यापाराचा विकास जास्त अशा भागात स्थलांतराचे प्रमाण जास्त असते.
७. स्थलांतरित व्यक्तीत तरुण वयोगटातील लोकांचे प्रमाण जास्त असते.

स्थलांतराला जास्तीतजास्त आर्थिक कारणे कारणीभूत असतात. आर्थिक आकांक्षा लोकांना स्थलांतर करायला भाग पाडतात. अशा प्रकारे रॅव्हेन्स्टाइनने स्थलांतराच्या प्रवाहाचा अभ्यास करून वरील नियम मांडलेले आहेत.

७.५ संयुक्त संस्थानचे स्थलांतरविषयक धोरण (Migration Policy of United States of America)

संयुक्त संस्थान हा एक विकसित देश असून जागतिक राजकारणामध्ये वर्चस्व असणारा एक प्रमुख देश आहे. या देशातील साधनसामग्री आणि लोकसंख्या यांचे प्रमाण चांगले आहे. स्थानिक लोकांचे राहणीमान खूपच उंचावलेले असल्याने तेथील मजुरीचे दर जगात सर्वांत जास्त आहेत. त्यामुळे या देशात इतर देशातून स्थलांतर करून येणाऱ्या

मानवी समूहांचे स्वागतच होते. अर्थात सर्व देशांमधून या देशाकडे रोजगारासाठी येणाऱ्यांची संख्या भरमसाठ असल्याने त्यांची निवड करण्याचा अधिकार या देशाला मिळतो. त्यामुळे या देशांचे स्थलांतरविषयक धोरण मागणी–पुरवठा या तत्त्वानुसार ठरते. उदाहरणार्थ, एखाद्या वर्षी किती अभियंते, डॉक्टर, कामगार इत्यादींना स्थलांतरास परवानगी द्यायची हे तेथील सरकार ठरविते. अशा तऱ्हेने दरवर्षी आढावा घेऊन संख्यात्मक दृष्टीने नियम केले जातात. या देशाचे स्थलांतरविषयक धोरण लवचिक असले तरी ते नियोजनपूर्वक आखले जाते व गरज भासेल तसा त्यात बदल केला जातो.

ऑस्ट्रेलियाचे स्थलांतरविषयक धोरण (Migration Policy of Australia)

ऑस्ट्रेलिया हा देश लोकसंख्येच्या मानाने विशाल आहे. त्यामुळे मानवी साधनसामग्रीसाठी तेथे मोठ्या प्रमाणावर मागणी आहे. रोजगारासाठी येऊ इच्छिणाऱ्या सुशिक्षित व्यक्तींना त्या देशाच्या धोरणानुसार सहज प्रवेश मिळतो. तो तेथे गेल्यानंतर सहा महिन्यांच्या आत त्याला जर रोजगार मिळाला नाही तर पुन्हा मायदेशी पाठविले जाते. रोजगार मिळेपर्यंत स्थानिक रहिवाश्याने स्थलांतरित व्यक्तीच्या पोषणाची हमी घेणे आवश्यक असते. त्यामुळे या देशात स्थलांतरित होऊन तेथील नागरिकत्व घेतलेले भारतीय लोक भारतीयांसाठी हमीपत्र देतात; त्यामुळे विशिष्ट देशातून एकदा स्थलांतराचा ओघ सुरू झाला की तो वाढत जातो.

अलीकडील धोरणानुसार ऑस्ट्रेलियाने शिक्षणासाठी आपल्या देशाचे दरवाजे खुले केलेले आहेत. किंबहुना, शिक्षण, पर्यटन, व्यापार यासारख्या सेवा क्षेत्रात प्रगती करण्यासाठी स्थलांतराचे धोरण सैल असणे आवश्यक आहे, हे तेथील शासनाला पटलेले आहे; त्यामुळे त्या देशात विविध देशांतून शिक्षणासाठी तरुणांचे स्थलांतर मोठ्या प्रमाणावर झालेले आढळून येते.

नेदरलँडचे स्थलांतरविषयक धोरण (Migration Policy of Netherland)

हा देश अतिशय छोटा असून उत्पादनामध्ये वैशिष्ट्ये साधल्यास आर्थिक प्रगती करता येते, हे त्याने सिद्ध केलेले आहे. समुद्रसपाटीपासून कमी उंच असलेले भूप्रदेश या देशात आहेत. त्यामुळे सखल भागात कालव्यांचा वापर करून वाहतूक केली जाते. दूधदुभत्यांमध्ये अग्रेसर असलेले हे राष्ट्र आहे. दुग्धजन्य पदार्थांच्या आंतरराष्ट्रीय व्यवहारात यशस्वी भूमिका बजावणारे हे राष्ट्र आहे. तसेच इलेक्ट्रॉनिक इंडस्ट्रीजमध्ये अग्रेसर आहे. या सर्वांचा विचार करता स्थलांतराविषयी सैल धोरण ठेवणे या देशास प्राप्त आहे. पर्यटनासाठी, शिक्षणासाठी व रोजगारासाठी सहजासहजी परवानगी देण्याचे त्यांचे धोरण आहे. यूरोपमधील ऑस्ट्रिया, नॉर्वे, स्वीडन, फिनलँड, स्वित्झर्लंड, डेन्मार्क इ. छोट्या पण विकसित देशांची स्थलांतर – विषयक धोरणे याच भूमिकेवर आधारित आहेत.

७.६ आधुनिक काळामधील स्थलांतर (Migration in Modern Periods)

आधुनिक काळामधील स्थलांतरे प्रामुख्याने आर्थिक कारणांमुळे घडून आली. दुसऱ्या महायुद्धानंतर अनेक ठिकाणी सक्तीची स्थलांतरे घडून आली. मानवाच्या इच्छेविरुद्ध एका प्रदेशातून दुसऱ्या प्रदेशात स्थलांतर केले जाते. इ.स.१९४५ नंतर (दुसऱ्या महायुद्धानंतर) जगभरातील अनेक देशांमधील शरणार्थी व बेघर झालेले सुमारे ६ लक्ष लोकांनी स्थलांतर केले. जर्मनीमधील सुमारे एक कोटी वीस लाख लोक बाहेर पडले. यापैकी सुमारे एक कोटी ज्यू लोक होते. ज्यू लोकांनी १९४८ मध्ये इस्त्राईल या राष्ट्राची स्थापना केली. ज्यू लोकांवर जर्मनीमध्ये हुकूमशहा हिटलरने अतोनात अन्याय केले होते. १९४७ मध्ये भारत–पाकिस्तान देशाची फाळणी झाली. यामध्ये सुमारे ७० लक्ष मुस्लीम पाकीस्तानामध्ये तर ८५ लक्ष हिंदू लोक भारतामध्ये आले. पॅलेस्टाईमधील शरणार्थी अरब देशांमध्ये हाकलून देण्यात आले. साम्यवादाच्या प्रसारामुळे कित्येक लोक मेवान, हाँगकाँगमध्ये स्थलांतरित झाले. कोरियन, हंगेरियन लोकांनीही स्थलांतर केले. इ.स.१९९० मध्ये इराण व इराक या दोन आखाती देशांमध्ये युद्ध झाले. इराण व इराक मधील भारतीय लोक भारतामध्ये परतले. इ.स. १९४६ ते १९५५ मध्ये दक्षिण युरोपियन लोकांनी युरोप खंडामध्येच देशत्यागी स्थलांतर केले. या काळात युरोप खंडामधून सुमारे ४३.६३ लक्ष लोकांनी देशत्यागी स्थलांतर केले. स्पेन, पोर्तुगाल व इटली या देशांमधून सर्वाधिक स्थलांतर झाले. १९४६ ते १९५५ मध्ये वायव्य व पूर्व युरोपियन देशातील लोकांनी देशत्यागी स्थलांतर केले. वायव्य युरोपमधून सुमारे १५.५ लक्ष तर पूर्व युरोपमधील सुमारे ११ लक्ष लोकांनी स्थलांतर केले. यापैकी सुमारे २२ लक्ष उत्तर अमेरिकेमध्ये स्थलांतरित झाले.

आशिया खंडामधील लोकांचे आंतरराष्ट्रीय स्थलांतर मर्यादित आहे. १९व्या शतकात आशिया खंडांमध्ये गुलामांचा व्यापार केला गेला. आशिया खंडामधील श्रीलंका, फिजी, मलाया, सुमात्रा, नेपाळ, मॉरिशस इ. देशांमध्ये श्रमिक म्हणून स्थलांतर झाले. मॉरिशसमधील भारतीयांची संख्या उल्लेखनीय आहे. चीन व भारत या देशांमध्ये स्थलांतरितांचे प्रमाण सर्वांत जास्त आहे. हाँगकाँगमधून चीनमध्येही स्थलांतर झाले.

युरोप खंडामधील वसाहतवादी लोक डच, जर्मन, ब्रिटिश लोकांनी आफ्रिका, आशिया खंडामध्ये स्थलांतर केले. इ.स. १९४६ ते १९६४ मध्ये सुमारे २.५ लाख युरोपियन लोक दक्षिण आफ्रिकेत गेले. आफ्रिकेमधून मजुरांचे स्थलांतरही मोठ्या प्रमाणावर झाले.

वर्तमान काळांमध्ये विकसनशील व अविकसित देशांमधून विकसित देशांकडे स्थलांतर होत आहेत. द.युरोप, आशिया, आफ्रिका, लॅटिन अमेरिकेमधून विकसित

राष्ट्रांकडे स्थलांतर होत आहे. कायमचे स्थलांतर संयुक्त संस्थाने, ऑस्ट्रेलिया, न्यूझीलंड, कॅनडा इ. देशांमध्ये तर तात्पुरते स्थलांतर उत्तर, पश्चिम व मध्य पूर्व देशांकडे होत असल्याचे दिसून येते. इ.स.१९५० ते १९७४ मध्ये सुमारे १ कोटी ३० लक्ष लोकांनी संयुक्त संस्थाने, ऑस्ट्रेलिया, न्यूझीलंड, कॅनडा इ. देशांकडे स्थलांतर केले. यामध्ये ८३ लक्ष लोक संयुक्त संस्थाने देशाकडे, २२ लक्ष लोक कॅनडाकडे, १९ लक्ष लोकांनी ऑस्ट्रेलियामध्ये तर २ लक्ष लोकांनी न्यूझीलंडमध्ये स्थलांतर केले. इ.स.१९६५ मध्ये आशिया खंडामधील एकूण स्थलांतरित लोकांपैकी ७% स्थलांतरित लोक एकट्या संयुक्त संस्थाने या देशामध्ये होते. इ.स.१९७६मध्ये हे प्रमाण सुमारे ३५% पर्यंत वाढलेले दिसून येते. आधुनिक काळामध्ये आशिया खंडामधून जगाच्या एकूण स्थलांतरितांपैकी सुमारे ७७% स्थलांतरित आशिया खंडामधून होते. इराक, लिबिया, सौदी अरेबिया, कतार, ओमान, यु.ए.ई. (संयुक्त अरब आमिरात) इ. देशांकडे जगभरातून आर्थिक कारणांमधून स्थलांतर झाले. सौदी अरेबियामध्ये मोठ्या प्रमाणावर स्थलांतर झाले. त्यानंतर यू.ए.ई., कुवेत इ. देशांचे क्रमांक आहेत. स्थलांतरितांचे विभाजन दोन गटांमध्ये झालेले आहे. १) काही स्थलांतरितांना स्थलांतरण झालेल्या देशामध्ये संभाव्य नागरिकत्व मिळते. २) काही स्थलांतरितांना ठराविक काळासाठी प्रवेश दिला जातो मात्र नागरिकत्व दिले जात नाही.

आधुनिक काळामध्ये सुरक्षितता या कारणामुळे स्थलांतरितांवर कडक निर्बंध येत आहेत. दहशतवाद्याच्या समस्येने उग्र स्वरूप धारण केल्यामुळेसुद्धा स्थलांतरावर अतिशय कडक निर्बंध येत आहे. आधुनिक काळामध्ये १९२०-२००४ पर्यंत संयुक्त संस्थानात इटली, रशिया, कॅनडा, ग्रेट ब्रिटन, स्वीडन, ऑस्ट्रेलिया इ. देशातील लोक स्थलांतरित झाले तर २००४ मध्ये भारत, चीन, फिलिपाईन्स मधील लोकांचे प्रमाण वाढले. आधुनिक काळामध्ये शिक्षण, रोजगार, पर्यटन, स्वास्थ केंद्रे इ. साठी मोठ्या प्रमाणावर स्थलांतर घडून येत आहे.

प्रश्नसंच

अ. **प्रत्येकी २० शब्दांत उत्तरे लिहा.**
   १. स्थलांतराची व्याख्या लिहा.
   २. स्थलांतर हा शब्दप्रयोग सर्वप्रथम कोणी व केव्हा केला ?
   ३. स्थलांतराचे कोणतेही दोन प्रकार लिहा.
   ४. स्थलांतराची कोणतीही दोन कारणे लिहा.
   ५. स्थलांतराचे कोणतेही दोन परिणाम लिहा.
   ६. नागा जमातीच्या निवासाचा व नैसर्गिक पर्यावरणाचा संबंध स्पष्ट करा.

ब. प्रत्येक ५० शब्दांत टिपा लिहा.

१. रेव्हेनस्टाईन स्थलांतराचे नियम.

२. स्थलांतराची कारणे.

३. स्थलांतराचे परिणाम.

४. आधुनिक काळामधील स्थलांतर.

क. प्रत्येकी १५० शब्दांत उत्तरे लिहा.

१. स्थलांतराचे अंतरानुसार प्रकार सांगून त्यांची माहिती लिहा.

२. स्थलांतरावर परिणाम करणारे आर्थिक घटक स्पष्ट करा.

३. आंतरराज्यीय स्थलांतराची माहिती लिहा.

ड. प्रत्येकी ३०० शब्दांत उत्तरे लिहा.

१. स्थलांतराची व्याख्या लिहा. स्थलांतराचे प्रकार सविस्तर स्पष्ट करा.

२. स्थलांतराची कारणे व परिणाम स्पष्ट करा.

३. 'आधुनिक काळामध्ये स्थलांतरावर कडक निर्बंध झालेले आहेत' या विधानाची चर्चा करा.

८ | लोकसंख्या आणि साधनसंपदा
Population and Resources

८.१ प्रस्तावना (Introduction)

आर्थिक विकासातून समाजपरिवर्तन घडून येते. साधनसंपदांच्या नवनवीन संशोधनामुळे लोकांच्या मागणीमध्ये बदल होतो. आर्थिक विकासामुळे लोकसंख्या रचना, उपभोक्ता व उत्पादकांमध्येही बदल घडून येतो. या सर्व बाबींचा परिणाम श्रम आणि व्यवस्थापनाच्या कार्यशक्तीवर होतो. आर्थिक विकास म्हणजे राष्ट्रीय उत्पन्नात होणारी वाढ होय. राष्ट्रीय उत्पन्नात नुसती वाढ होऊन चालत नाही, तर राष्ट्रीय उत्पन्नात सतत व उत्तरोत्तर वाढ होणे अपेक्षित असते. आर्थिक विकासासाठी अनुकूल पर्यावरणीय परिस्थिती असणे आवश्यक असते. यासाठी प्रामुख्याने दोन गोष्टी महत्त्वाच्या ठरतात. यांपैकी पहिली बाब म्हणजे एखाद्या प्रदेशातील सामाजिक, आर्थिक आणि राजकीय संस्थांनी लोकांना आर्थिक विकासासाठी प्रवृत्त करणे आणि दुसरी बाब म्हणजे लोकांमध्ये कुशाग्रता व इच्छाशक्ती असणे.

आर्थिक विकास ही एकात्मिक प्रक्रिया असून यात समाजातील सर्व घटकांनी सहभागी होणे व सहकार्य करणे आवश्यक असते. आर्थिक विकासात फक्त आर्थिक

घटकांचाच सहभाग नसून शास्त्रीय प्रगती, गुंतवणुकीची क्षमता, साधनसंपदेचा उपयोग, लहान मुलांची संख्या व कुटुंबाचा आकार यासारख्या गैरआर्थिक घटकांचाही सहभाग असतो. आर्थिक आणि सामाजिक विकासाची एक प्रक्रिया आहे. यात अनेकविध आंतरसंबंधित घटकांचा परिवर्तनाकडे नेणारा मार्ग आहे.

लोकसंख्या वाढ व साधनसंपत्ती विकास

लोकसंख्या वाढीचा साधनसंपत्तीच्या विकासाशी जवळचा संबंध असतो. लोकसंख्या वाढ आर्थिक वाढीला उत्तेजन देत असते. देशातील साधनसंपत्ती योग्यपणे उपयोगात आणून उत्पन्न वाढवणे व राहणीमान उंचावणे या प्रक्रियेला विकास असे म्हणतात. अविकसित देशात भांडवल व तांत्रिक प्रगतीच्या साहाय्याने साधनसंपत्तीची उत्पादनशक्ती वाढवून उत्पन्न वाढविणे यालासुद्धा विकास म्हटले जाते. १९ व्या शतकात लोकसंख्या वाढीमुळे इंग्लंड व युरोपीय देशांत औद्योगिकीकरणासाठी लागणारा मजूरवर्ग सहज उपलब्ध झाला. थोडक्यात, लोकसंख्या वाढीमुळे युरोपीय देशांत आर्थिक वाढीला फार मोठ्या प्रमाणात उत्तेजन मिळाले.

लोकसंख्या वाढीमुळे विधायक परिणाम होतात. लोकसंख्या वाढीमुळे मजूरपुरवठ्यात वाढ होऊन विविध क्षेत्रांसाठी लागणाऱ्या मजुरांची गरज भागवली जाते. लोकसंख्या वाढीमुळे खनिज संपत्तीचा योग्य, पुरेपूर उपयोग केला जातो. लोकसंख्या वाढीचे जास्त प्रमाणात मागणी, कमी वेतन, जास्त प्रमाणात नफा व गुंतवणूक इ. महत्त्वपूर्ण फायदे होत असतात. काही विचारवंतांच्या मते, शेतीच्या विकासात प्रामुख्याने वाढत्या लोकसंख्येचा सिंहाचा वाटा असतो.

एका ठराविक मर्यादेपर्यंत लोकसंख्यावाढ व विकास यांचा धनात्मक संबंध असतो. परंतु ठराविक कालावधीनंतर लोकसंख्येचा आर्थिक विकासावर विपरीत परिणाम होत असतो. प्रामुख्याने अविकसित राष्ट्रांत लोकसंख्या वाढीचा वेग जास्त असतो; ती आर्थिक विकासावर विपरीत परिणाम करते. अविकसित देशांमध्ये लोकसंख्या व साधनसंपत्ती यांची तुलना करता साधनसंपत्तीपेक्षा लोकसंख्येचे प्रमाण जास्त असते. अशा अविकसित देशांमध्ये वाढत्या लोकसंख्येमुळे आर्थिक विकास कमकुवत होतो; तसेच अपुरे भांडवल व जास्त प्रमाणात मजूर अशी अवस्था निर्माण होते.

वाढत्या लोकसंख्येमुळे दरडोई उत्पन्न कमी होणे, भूभागावर अतिरिक्त ताण पडणे, निष्कृष्ट राहणीमान, अन्नाचा तुटवडा, बेरोजगारी व अर्धरोजगारी निर्माण होणे, अवलंबन भार वाढणे, परकीय देशांकडून वस्तूंची आयात करणे किंवा परकीय देशांवर अवलंबून राहावे लागणे, भू-धारणा प्रमाण कमी होत जाणे, यासारख्या समस्या निर्माण होतात.

८.२ लोकसंख्येचे जागतिक वितरण (World Distribution of Population)

लोकसंख्या भूगोलात मानवी समूह किंवा लोकसंख्येचा अभ्यास केला जातो. जगातील वेगवेगळ्या प्रदेशातील लोकसंख्या, लोकसंख्या वाढ, लोकसंख्या वितरण, घनता, स्थलांतर, जीवनमान इ. घटकांचा अभ्यास लोकसंख्या भूगोलामध्ये केला जातो. लोकसंख्येचे वितरण आणि घनता यांचा अभ्यास मूलभूत स्वरूपाचा असतो. लोकसंख्येचे वितरण व घनतेवर लोकसंख्येची इतर वैशिष्ट्ये अवलंबून असतात. मानवी भूगोलातही लोकसंख्येचा अभ्यास महत्त्वाचा ठरला आहे. लोकसंख्येचे वितरण म्हणजे फक्त लोकसंख्येची प्रादेशिक विभागणी नसून अनेक भौगोलिक घटकांच्या एकत्रित परिणामांच्या संयोगाने झालेली ती एक क्रिया असते.

लोकसंख्येची पृथ्वीतलावरील प्रादेशिक पद्धतीने झालेली विभागणी किंवा वाटणी म्हणजे लोकसंख्येचे वितरण होय. लोकसंख्येच्या वितरणाचा अभ्यास करताना लोकसंख्येची घनता विचारात घेतली जाते. लोकसंख्येची घनता म्हणजे लोकसंख्या व प्रदेशांचे क्षेत्रफळ यांचे गुणोत्तर होय. घनता दर चौरस किलोमीटर क्षेत्रफळात किती लोकसंख्या राहते हे दर्शविते. जागतिक लोकसंख्येचे वितरण विषम स्वरूपाचे आहे. पृथ्वीचा ७१% भाग पाण्याने व्यापलेला आहे. उर्वरित २९% भूभागावर लोकसंख्येचे वितरण असमान स्वरूपाचे दिसून येते.

खंडनिहाय जागतिक लोकसंख्येचे वितरण (२०१०)

खंड	एकूण क्षेत्र (चौ.कि.मी.)	एकूण क्षेत्र % मध्ये	एकूण लोकसंख्या	लोकसंख्या टक्केवारीत	घनता व्यक्ती/दर चौ.कि.मी.
आशिया	४३८२००००	२९.५	४१६४२५२०००	६०.५	९५
आफ्रिका	३०३७००००	२०.४	१०२२२३४०००	१४.८	३३.७
उ.अमेरिका	२४७०९०००	१६.४	५४२०५६०००	७.९	२१.९
द.अमेरिका	१७८४००००	१२.०	३९२५५५०००	५.७	२२.०
अंटार्क्टिका	१३७२००००	९.२	१०००	०.००००२	०.००००७
युरोप	१०१८००००	६.७	७३८१९९०००	१०.७	७२.५
ओशिनिया	९००८५००	५.८	२९१२७०००	०.४	३.२

(संदर्भ : wikipedia en.wikipedia.org)

तक्ता क्र. ८.१

इ.स.२०११ मध्ये जगाची एकूण लोकसंख्या सुमारे ७ अब्ज इतकी होती. पृथ्वीचे एकूण क्षेत्रफळ ५१० दशलक्ष चौ.कि.मी. आहे. २९% भूभाग (१५० दशलक्ष चौ.कि.मी.) विचारात घेतल्यास २०११ मध्ये जगाची लोकसंख्येची घनता खालीलप्रमाणे काढता येईल –

$$\frac{७000,000,000}{१५00,00000} \quad \frac{\text{एकूण लोकसंख्या}}{\text{एकूण क्षेत्रफळ}} = \text{४६.६६ दशलक्ष चौ.कि.मी.}$$

२०११ मध्ये जगातील लोकसंख्येची घनता दर चौ.कि.मी. ला ४७ व्यक्ती इतकी होती.

जागतिक लोकसंख्या वितरणाची वैशिष्ट्ये

१. इ.स.२०११ मध्ये जागतिक लोकसंख्येची घनता दर चौ.कि.मी. ला ४७ व्यक्ती इतकी होती.

२. जागतिक लोकसंख्येपैकी सुमारे ६०.५% लोकसंख्या एकट्या आशिया खंडामध्ये असून ती २९.५% भूभाग व्यापते.

३. आफ्रिका खंडाने जगाच्या सुमारे २०.४% क्षेत्रफळ व्यापलेले असून त्यात १४.८% लोकसंख्या आढळते.

४. उत्तर अमेरिका, द.अमेरिका खंडांनी अनुक्रमे सुमारे १६.४ आणि १२% क्षेत्रफळ व्यापलेले असून त्यात अनुक्रमे ७.९% आणि ५.७% लोकसंख्या आढळते.

५. युरोप खंडाने जागतिक क्षेत्रफळाच्या ६.७% प्रदेश व्यापलेला असून त्यात १०.७% लोकसंख्या आढळते.

६. ओशोनिया (न्यूझीलंड, ऑस्ट्रेलिया) खंडाने ५.८% क्षेत्र व्यापलेले असून त्यात ०.४% लोकसंख्या आढळते.

७. अंटार्क्टिका खंडाने ९.२% क्षेत्र व्यापलेले असून त्यात ०.००००२% लोकसंख्या आढळते.

सर्वसाधारणपणे इ.स.२०१० मधील लोकसंख्येची घनता विचारात घेतल्यास जगाची विभागणी खालील तीन विभागात करता येईल. तक्ता क्र. ८.१ जगातील लोकसंख्येची घनता दर्शविलेली आहे –

१. विरळ लोकवस्तीचे प्रदेश (दर चौ.कि.मी.ला १० पेक्षा कमी घनता असलेले खंड किंवा प्रदेश) – यामध्ये ऑस्ट्रेलिया, न्यूझीलंड, कॅनडा, रशिया वायव्य व मध्य आफ्रिकेतील काही देशांचा समावेश होतो.

२. मध्यम लोकवस्तीचे प्रदेश (दर चौ.कि.मी.ला १० ते ५० घनता असलेले खंड किंवा प्रदेश) - यामध्ये उत्तर अमेरिका, दक्षिण अमेरिका, पूर्व व दक्षिण आफ्रिकेतील काही देश, उत्तर युरोप व सौदी अरेबिया इ. चा समावेश होतो.

३. दाट लोकवस्तीचे प्रदेश (दर चौ.कि.मी.ला ५० पेक्षा जास्त घनता असलेले खंड किंवा प्रदेश) यामध्ये आशिया, वायव्य युरोप इ. चा समावेश होतो.)

८.३ लोकसंख्या वाढीचा नैसर्गिक संसाधनांवर होणारा विपरीत परिणाम (Effects of Population Growth on Natural Resources)

१. नैसर्गिक साधनसंपत्तीवरील विपरीत परिणाम (Effects on Natural Resources) : वाढत्या लोकसंख्येच्या गरजा पूर्ण करण्यासाठी देशातील नैसर्गिक साधनसंपत्तीचा जास्तीत जास्त वापर करण्याकडे कल असतो. मानवाच्या वाढत्या गरजा पूर्ण करण्यासाठी साधनसंपत्ती जास्तीत जास्त उपलब्ध करणे आवश्यक ठरते. वाढत्या लोकसंख्येमुळे साधनसंपत्तीचा पुरेपूर व योग्य वापर केला जातो. अर्थात, ही परिस्थिती ठराविक मर्यादेपर्यंत आढळते. प्रमाणापेक्षा जास्त लोकसंख्या वाढली की, त्याचा नैसर्गिक साधनसंपत्तीवर विपरीत परिणाम होतो.

नैसर्गिक साधनसंपत्तीचा कसा उपयोग करावयाचा हे सर्वस्वी मानवाच्या हातात असते. मानव साधनसंपत्तीचा उपभोक्ताही आहे आणि निर्माताही आहे. उपभोगाबरोबर निर्मितीही केली तर प्रश्न निर्माण होत नाहीत, पण फक्त उपभोगाची प्रवृत्ती केली तर त्याचा नैसर्गिक साधनसंपत्तीवर विपरीत परिणाम होतो. मानवाची जसजशी प्रगती होत गेली, तसतसा त्याने साधनसंपत्तीचा जास्तीतजास्त उपभोग घ्यायला सुरुवात केली. औद्योगिक क्रांती लक्ष्मणरेषाच ठरली. औद्योगिक क्रांतीनंतर नैसर्गिक साधनसंपत्ती, जंगलसंपत्ती मोठ्या प्रमाणात नष्ट होऊ लागली. याचा परिणाम आज निसर्गाच्या संतुलनबिघाडावर झालेला दिसतो. मानवाची अन्नधान्याची गरज वाढल्यामुळे, जंगलाखालील जमीन शेतीखाली आणली जाऊ लागली. शहरांना पाणीपुरवठा करण्यासाठी व शेतजमीन जलसिंचनाखाली आणण्यासाठी मोठमोठी धरणे बांधली जाऊ लागली. या धरणांखाली मोठ्या प्रमाणावर जंगलाखालील जमीन जाऊ लागली. एवढेच नाही तर जास्तीतजास्त खनिजसंपत्ती काढण्यासाठी मोठ्या प्रमाणात खाणकाम व्यवसाय निर्माण झाला. यामुळे जमीन या नैसर्गिक साधनसंपत्तीची प्रत खालावायला सुरुवात झाली. आज वेगवेगळ्या उद्योगधंद्यांमुळे अनेक प्रकारच्या प्रदूषणांमध्ये वाढ झालेली दिसते. या सर्वांचा परिणाम म्हणजे वेगवेगळ्या प्रकारच्या नैसर्गिक स्वरूपाच्या परिसंस्था नष्ट व्हायला सुरुवात झालेली आहे. एकूणच मानवाच्या हावरट स्वभावामुळे जास्तीतजास्त नैसर्गिक साधनसंपत्तीचे नुकसान होत आहे.

२. **कृषीवरील विपरीत परिणाम (Effects on Agriculture)** : मानवाला जगण्यासाठी अन्नाची गरज असते. अन्नाची प्राप्ती शेतीवर अवलंबून असते. जसजशी लोकसंख्या वाढत जाईल, तसतशी अन्नधान्यांची मागणी वाढत जाते. अन्नाची गरज भागवण्यासाठी जास्तीतजास्त जमीन शेतीखाली आणली जाते. वेळप्रसंगी जंगल व माळरानाखालील जमीनसुद्धा शेतीसाठी उपयोगात आणली जाते. त्यामुळे जंगलसंपदा व गवताळ कुरणासारखी संपदा व तेथील परिसंस्था नष्ट होते.

पारंपरिक शेती वाढत्या लोकसंख्येच्या अन्नाची गरज भागवू शकत नव्हती. त्यामुळे मानवाने शेतीमध्ये वेगवेगळ्या प्रकारच्या तंत्राचा वापर करून उत्पादन वाढविण्याचा प्रयत्न केला. याच्यातूनच आधुनिक शेतीचा उदय झाला. आधुनिक शेतीत सुधारित उच्च पैदास देणारे बी-बियाणे, रासायनिक खते, जलसिंचन व वेगवेगळ्या शेती अवजारांचा उपयोग केला जातो. आधुनिक शेतीमुळे अन्नधान्याचे उत्पादन वाढले. थोडक्यात, हरितक्रांतीचा उदय झाला. उत्पादनवाढ मोठ्या प्रमाणात झाली, परंतु याचा विपरीत परिणाम शेती किंवा कृषीवर झाला.

उत्पादनवाढीसाठी शेतजमिनीतून वर्षातून दोन-तीन पिके घेण्याचा प्रयत्न केला जातो. जमीन सारखी पिकाखाली राहिल्यामुळे तिचा भुसभुशीतपणा कमी होतो. जमिनीला लागणारी हवा यापासून ती वंचित राहिल्यामुळे तिची प्रत खालावते. जास्त उत्पादन घेण्यासाठी वेगवेगळ्या प्रकारच्या रासायनिक खतांचा वापर भरमसाठ करण्यात येतो. त्यामुळे जमिनीतील क्षारांचे प्रमाण वाढून त्या निरुपयोगितेकडे झुकल्या. रासायनिक खतांचा पुरवठा करत असताना जमिनीला जलसिंचन करावे लागते. आधुनिक शेतीच्या नावाखाली मोठ्या प्रमाणात जलसिंचन केले गेले. अतिरिक्त जलसिंचनामुळे जमिनी दलदलयुक्त होणे, क्षारयुक्त होणे अशा प्रकारच्या समस्या निर्माण झाल्या. जलसिंचनासाठी कालव्यांचा व कूपनलिकांचा उपयोग मानवाने मोठ्या प्रमाणावर करायला सुरुवात केली. कूपनलिका भूगर्भातून मोठ्या प्रमाणावर पाणी काढून घेत असल्यामुळे आज भूगर्भजलाची पातळी मोठ्या प्रमाणात खालावत आहे. ही एक मोठी समस्या निर्माण होऊ पाहत आहे.

अशा प्रकारे वाढत्या लोकसंख्येचा शेतीवर अतिरिक्त ताण पडून शेतीच्या वेगवेगळ्या समस्या निर्माण होतात व त्याचे विपरीत परिणाम शेतीवर जाणवतात.

३. **ऊर्जासंपदेवरील विपरीत परिणाम (Effects on Energy Resources)** : लोकसंख्यावाढीचा ऊर्जासंपदा विकासावर परिणाम होतो. लोकसंख्या- वाढीनुसार ऊर्जासंपदांचा वापर वाढतो. ऊर्जा ही मानवाची महत्त्वाची गरज आहे. आज प्रत्येक गोष्ट ऊर्जेवर अवलंबून आहे. त्यामुळे ऊर्जासंपदेचा मोठ्या प्रमाणावर विकास करणे आवश्यक आहे. ऊर्जासंपदेचा विकास म्हणजे ऊर्जासंपदेचा पुरेपूर व योग्य उपयोग करणे आणि

नवीन ऊर्जा-स्रोतांचा शोध घेणे. शेती, उद्योगधंदे, वाहतूक यांच्या विकासासाठी ऊर्जासंपदा आवश्यक असते. जेवढा ऊर्जासंपदांचा विकास जास्त तेवढा राष्ट्रीय विकास जास्त, असे समीकरण निर्माण झालेले दिसते.

ऊर्जासंपदांचा विकास लोकसंख्यावाढीच्या प्रमाणात होणे आवश्यक असते. वाढीच्या मानाने ऊर्जासंपदा कमी पडू लागली तर उपलब्ध ऊर्जा-संपदेवर ताण पडून त्या संपदेचा अयोग्य वापर सुरू होतो. ऊर्जासंपदा अपुरी पडू लागली की इतर साधनसंपत्तीचा वापर व्यवस्थित होत नाही व तो देश संकटात पडू शकतो.

ऊर्जासंपदा दोन प्रकारात वर्गीकृत केली जाते. विनाशी ऊर्जा व अविनाशी ऊर्जा. विनाशी ऊर्जा पारंपरिक ऊर्जा म्हणून ओळखली जाते, तर अविनाशी ऊर्जा अपारंपरिक ऊर्जा म्हणून ओळखली जाते. खनिज तेल, कोळसा, ही शक्तीसाधने पारंपरिक ऊर्जास्रोत मानली जातात. अणु ऊर्जा, सौर ऊर्जा, पवन ऊर्जा, लाटांद्वारे तयार होणारी ऊर्जा अपारंपरिक ऊर्जा मानली जाते. आज जगातील बऱ्याच राष्ट्रांत उद्योगधंद्यांसाठी किंवा वाहतुकीसाठी पारंपरिक ऊर्जा साधनांचा मोठ्या प्रमाणावर उपयोग केला गेल्यामुळे ती संपण्याच्या मार्गावर आहेत. जर ऊर्जा-संपदा संपली तर अनेक प्रकारच्या समस्यांना तोंड द्यावे लागणार आहे. त्यामुळे अपारंपरिक ऊर्जासाधनांचा वापर वाढवण्याच्या दिशेने बऱ्याच देशांचा कल आहे. अर्थात, अपारंपरिक ऊर्जा-निर्मितीचे तंत्रज्ञान आणि संयंत्र महागडे आहेत. अपारंपरिक ऊर्जा-निर्मिती कमी खर्चाने करून त्याचा जास्तीत-जास्त वापर वाढविणे आवश्यक आहे. आज महाराष्ट्रात पारंपरिक ऊर्जा म्हणून जलविद्युतचा मोठ्या प्रमाणावर वापर केला जात आहे. परंतु, लोकसंख्येच्या मानाने वीज कमी पडत असल्यामुळे मोठ्या प्रमाणावर भारनियमन करावे लागत आहे. त्यामुळे महाराष्ट्र शासन पवन व सौर ऊर्जास्रोतांवर मोठ्या प्रमाणावर भर देत असून लोकांना सबसिडी देऊन पवन किंवा सौर ऊर्जा वापरायला भाग पाडत आहे.

अतिरिक्त लोकसंख्या – भारताच्या आर्थिक विकासातील प्रमुख अडथळा (Over Population - Obstacle in Economic Development of India)

एखाद्या देशात उपलब्ध असणाऱ्या साधनसंपत्तीच्या प्रमाणावर त्या देशातील लोकसंख्येचे स्वरूप निश्चित केले जाते. साधनसंपत्तीच्या प्रमाणापेक्षा जर लोकसंख्येचे प्रमाण जास्त असेल तर त्या लोकसंख्येला 'अतिरिक्त लोकसंख्या' म्हटले जाते. वाढत्या लोकसंख्येचा परिणाम दरडोई उत्पन्न घटीवर होतो. जोपर्यंत लोकसंख्यावाढ कमी होत नाही तोपर्यंत दरडोई उत्पन्न वाढत नाही. अतिरिक्त लोकसंख्येची संकल्पना कायमस्वरूपी टिकत नाही. एखाद्या भागाचा जर नियोजनबद्ध विकास घडवून आणला तर अतिरिक्त लोकसंख्येची संकल्पना बदलू शकते. अतिरिक्त लोकसंख्या प्रामुख्याने उष्णकटिबंधीय

हवामानाच्या भागात आढळते. भारत, पाक, चीन, बांगला यांसारख्या देशांत लोकसंख्या अतिरिक्ततेकडे झुकलेली दिसते.

जागतिक पातळीवरील लोकसंख्येच्या बाबतीत चीननंतर भारताचा क्रमांक लागतो. इ.स. १९९१च्या जनगणना अहवालानुसार भारताची लोकसंख्या ८५ कोटी होती तर २००१ च्या जनगणना अहवालानुसार ती १०२ कोटी झाली. १९०१ च्या जनगणना अहवालानुसार भारताची लोकसंख्या जवळपास २४ कोटी होती, तर १९६१ मध्ये हीच लोकसंख्या ४४ कोटी झाली. १९०१ ते १९६१ या साठ वर्षांत भारताची लोकसंख्या दुप्पट झाली. याचा अर्थ भारतामध्ये निव्वळ लोकसंख्यावाढीचे प्रमाण फार मोठे आहे. भारतात जन्मदर फारसा कमी झाला नाही परंतु मृत्युदराचे प्रमाण वैद्यकीय सुविधांमुळे कमी झाले. त्याचा परिणाम लोकसंख्या वाढीवर झाला. वेगवेगळ्या समस्यांची निर्मिती होत आहे.

१९०१ पासून १९५१ पर्यंत लोकसंख्येतील दशवार्षिक वाढ त्या मानाने कमी आहे. या काळात जन्मदराबरोबरच मृत्युदराचे प्रमाण जास्त आहे. १९११मध्ये लोकसंख्यावाढ फक्त ५.७३ टक्के एवढी होती. सन १९११-२१ या दशकात लोकसंख्या वाढीचा दर ०.३१ टक्के आहे. लोकसंख्या वाढ ऋणात्मक स्वरूपाची आहे. १९६१ नंतर मात्र साथीच्या रोगांचे उच्चाटन, दुष्काळी परिस्थितीवर मात करण्यात सरकारने मिळविलेले यश, सर्वसाधारणपणे आर्थिक विकास व वैद्यकीय सुविधा उपलब्ध झाल्यामुळे मृत्युदराचे प्रमाण बरेच कमी झाले असल्याने लोकसंख्या वाढ २० टक्क्यांपेक्षा जास्त झालेली दिसते. याचा परिणाम वेगवेगळ्या आर्थिक आणि सामाजिक समस्यांच्या निर्मितीवर झालेला दिसतो.

एखादी लोकसंख्या जास्त असेल तर समस्या होत नाही, परंतु लोकसंख्येची वयोगट रचना ही एक समस्या निर्माण होऊ शकते. वयोगट रचना आर्थिक विकासाच्या प्रक्रियेवर परिणाम करू शकते; जर जन्मदराचे प्रमाण जास्त असेल तर अनुत्पादक लोकांची भर दर वर्षी लोकसंख्येत मोठ्या प्रमाणावर पडत असते. याचा परिणाम अवलंबन भारवाढीवर होतो. भारताचा वयोमानानुसार लोकसंख्येचा विचार करता ०-१४ व ६० वर्षांपेक्षा जास्त वयोगटातील लोकांचे प्रमाण ४५ टक्के आहे, तर कार्यकारी वयोगटातील लोकांचे प्रमाण ५५ टक्के आहे. याचा अर्थ ५५ टक्के लोकांना अजूनही ४५ टक्के लोकांच्या पालनपोषणाची जबाबदारी घ्यावी लागते त्यांचा भार उर्वरित लोकांवर पडतो. याचा राष्ट्राच्या आर्थिक विकासावर विपरीत परिणाम झालेला दिसतो. एकूणच निव्वळ लोकसंख्यावाढ, दशवार्षिक वाढ व भारतातील अकार्यकारी वयोगटातील लोकांचे जास्त प्रमाण भारताच्या विकासावर विपरीत परिणाम करत आहे.

स्वातंत्र्यप्राप्तीनंतर गेली पन्नास वर्षे आर्थिक आणि सामाजिक प्रगतीसाठी सतत

प्रयत्न केले जात आहेत. पंचवार्षिक योजना आणि विकासाचे विविध प्रकल्प राबवून प्रगती करण्याचा प्रयत्न केला जात आहे. काही बाबतीत आपला विकाससुद्धा झालेला आहे. तरीही काही आर्थिक आणि सामाजिक समस्यांविरुद्ध प्रयत्न जोरात चालू आहेत. निरक्षरता, अज्ञान, अनारोग्य, मागासलेपणा, विषमता, गरिबी, बेकारी असे कितीतरी प्रश्न भारतासमोर 'आ' वासून उभे असून आर्थिक विकासात अडथळे निर्माण करत आहेत. भारताच्या लोकसंख्यावाढीचे अनेक दुष्परिणाम झालेले दिसून येतात. ते पुढीलप्रमाणे –

१.   बेकारी (Unemployment) : भारतात आजही शेतीसारखा प्राथमिक स्वरूपाचा व्यवसाय मोठ्या प्रमाणावर चालतो. अजूनही ६५-७० टक्के लोक शेतीवर अवलंबून आहेत. शेतीव्यवसाय मोठ्या प्रमाणावर रोजगाराची संधी उपलब्ध करून देत नाही. याचा परिणाम बेकारी निर्माण होण्यावर होतो. बेकारी ही आपल्या देशापुढील एक गंभीर समस्या आहे. काम करण्याची इच्छा, पात्रता व दिले जाणारे वेतन स्वीकारण्याची तयारी असूनही नोकरी किंवा कामधंदा मिळत नाही. आज देशात बेकारी, अल्पबेकारीमुळे अनेक तरुण निराश होऊन भटकताना दिसतात. नियोजन मंडळाच्या अंदाजानुसार आठव्या योजनेच्या १९९२-९७ च्या सुरुवातीला जवळपास ३ कोटी लोक बेकार होते, तर या योजनेच्या शेवटी एकूण ६-५ कोटी लोक बेकार असणार आहेत. २०११ नुसार भारतामध्ये सुमारे १०.८ कोटी लोक बेकार होते. अर्थात, ही नोंदणीकृत आकडेवारी आहे. अनोंदणीकृत आकडेवारी याच्यापेक्षा फार मोठी असणार आहे; आपण या रिकाम्या हातांना जर काम देऊ शकलो नाही, तर मोठ्या प्रमाणात श्रमशक्ती वाया जाऊन त्याचा राष्ट्राच्या आर्थिक विकासावर विपरीत परिणाम होणार आहे.

२.   गरिबी / दारिद्र्य (Poverty) : एखाद्याला मूलभूत गरजा भागवणेही शक्य होत नसेल तर त्याला गरीब म्हटले जाते. देशातील वाढती लोकसंख्या पाहता दारिद्र्यरेषेखालील लोकसंख्येचे प्रमाण वाढतच चाललेले दिसते. उदा. १९७० मध्ये भारतात २८ कोटी लोक दारिद्र्यरेषेखाली जगत होते तर तीच संख्या १९९३ मध्ये ३५ कोटीपर्यंत वाढली. अर्थात, टक्केवारीचा विचार करता दारिद्र्यरेषेखालील लोकांचे प्रमाण कमी होताना दिसते आहे. कमी औद्योगिकीकरण, बेरोजगारी, दरडोई कमी उत्पादन या गोष्टींमुळे दारिद्र्यात वाढ होताना दिसते आहे. दारिद्र्यनिर्मूलनाच्या दृष्टिकोनातून शासन वेगवेगळ्या योजना राबवीत आहे. या कार्यक्रमांवर मोठ्या प्रमाणावर पैसा खर्च होत असल्यामुळे देशाच्या आर्थिक विकासाला खीळ बसताना दिसते.

३.   विषमता (Disparities) : भारतातील विषमता ही गरिबी व बेकारी यांचेच अपत्य आहे. देशातील ३० टक्के लोकांच्या हातात एकूण राष्ट्रीय खर्चापैकी १५ टक्के रक्कम

खेळत असते. भारतात गरिबी दूर करण्यासाठी अनेकविध प्रयत्न केले गेले आहेत. तसेच श्रीमंत वर्गाकडील पैसा कर, बचतीच्या इतर मार्गांच्या माध्यमातून कमी करून गरीब व श्रीमंत यांच्यातील दरी कमी करण्याचा प्रयत्न सतत केला जातो. परंतु, अजूनही ही दरी कमी झालेली नाही. अशा विषमतेच्या दरीचा राष्ट्राच्या आर्थिक विकासावर विपरीत परिणाम झालेला दिसतो.

४. **अवलंबन भार (Dependancy Ratio)** : भारतातील वयोगटांची संरचना हेही अनेक समस्यांचे मूळ आहे. १५ ते ६० या कार्यकारी वयोगटातील लोकसंख्येचे प्रमाण एकूण लोकसंख्येच्या ५५ टक्के आहे; म्हणजेच उरलेल्या ४५ टक्के लोकसंख्येस पोसण्याचे काम या लोकांना करावे लागते. त्यातही बेकारी, हंगामी रोजगार, स्त्रियांचे नोकरीचे अल्प प्रमाण या कारणांमुळे फार थोड्या लोकसंख्येवर इतरांचे पालन करण्याची जबाबदारी पडते. या सर्व गोष्टींमुळे आर्थिक विकासाला खीळ बसून प्रगती मंदावते.

५. **अतिनागरीकरण (Over Urbanization)** : भारतातील ग्रामीण भागात रोजगार कमी प्रमाणात उपलब्ध असल्यामुळे लोक शहरी भागाकडे मोठ्या प्रमाणावर स्थलांतरित होतात. शहरांची मोठ्या प्रमाणात वाढ होते. भारतात १९०१ साली एकूण लोकसंख्येच्या ११ टक्के नागरी लोकसंख्या होती. ते प्रमाण २०११ मध्ये २७.८ टक्के इतके झाले. ते प्रमाण वाढून सध्या नागरी लोकसंख्येचे प्रमाण ३१.१६ टक्क्यांपर्यंत पोहोचले आहे. नागरी लोकसंख्येमुळे अनेक समस्यांची निर्मिती होते. झोपडपट्ट्यांची निर्मिती, घरांच्या समस्या, सांडपाणी, पिण्याचे पाणी, रस्ते यांसारख्या समस्या गंभीर स्वरूप धारण करीत आहेत.

६. **स्थलांतर (Migration)** : भारतातील सुशिक्षित व बुद्धिवंत लोकांना त्यांच्या योग्यतेनुसार रोजगार व मोबदला मिळत नाही. लोकांना दुसऱ्या देशात मनासारखा मोबदला व रोजगार मिळाला तर ते स्थलांतर करतात. स्थलांतरामुळे आपल्या देशात बुद्धिव्यय होतो. आपल्या देशात बुद्धिवान लोक तयार करण्यासाठी बराच मोठ्या प्रमाणावर पैसा खर्च केला जातो. मोबदला मात्र दुसऱ्या देशांना मिळतो. भारतात ग्रामीण भागाकडून शहरी भागांकडे स्थलांतर होत आहे. यामुळे खेडी ओस पडून शहरे लोकांनी फुगू लागली आहेत. याचाही विपरीत परिणाम आर्थिक विकासावर होत आहे.

७. **भूधारणेत घट (Decreasing Land holding)** : लोकसंख्यावाढ चल किंवा बदलणारा घटक आहे. जमीन अचल किंवा न बदलणारा घटक आहे. भारतातील लोकसंख्या झपाट्याने वाढत आहे. त्या मानाने जमिनीच्या प्रमाणात काहीही बदल नाही. भारतातील वाढत्या लोकसंख्येमुळे भू-धारणेच्या प्रमाणात मोठ्या प्रमाणात बदल होत

आहे. इ.स. १९९६ साली दरडोई भूधारणा १.२५ एकर होती तेच प्रमाण इ.स. १९९६ मध्ये जवळपास अर्ध्या एकरपर्यंत येऊन पोहोचले आहे. भूधारणा कमी झाल्यामुळे उत्पन्नघटीवर त्याचा परिणाम झालेला दिसतो.

८. जमिनीचे तुकडीकरण (Fragmentation of Land) : भारतात रूढी-परंपरेनुसार भावा-भावात शेतजमिनीचे वाटे-हिस्से पाडले जातात. या पद्धतीमुळे शेतजमिनीचे ठराविक काळात तुकडे होतात. या तुकडीकरणामुळे शेतीउत्पादनावर परिणाम होतो. जमिनीच्या लहान-लहान तुकड्यांमध्ये मशागत व्यवस्थित करता येत नाही. जलसिंचनांच्या सुविधा चांगल्या प्रकारे निर्माण करता येत नाहीत. तुकडीकरणात बांधांमध्ये जमीन वाया जाते. या सर्व गोष्टींचा विपरीत परिणाम शेतीउत्पादनावर होऊन, आर्थिक विकास खुंटण्यावर त्याचा प्रत्यक्ष-अप्रत्यक्ष परिणाम होतो.

९. प्रादेशिक असमतोल (Regional Imbalance) : भारतात विविध पातळ्यांवर प्रादेशिक असमतोल आढळतो. देशातील एखादा भाग विकसित व एखादा अविकसित अशा प्रकारचे चित्र निर्माण झालेले दिसते. अर्थात, याला भौगोलिक, आर्थिक, सामाजिक, सांस्कृतिक परिस्थिती जबाबदार आहे. उत्तर व पश्चिम भारताचा भाग प्रगत दिसतो, तर तुलनेने पूर्व भारताचा भाग मागासलेला आहे. पूर्व भारतात डोंगराळ प्रदेश, जंगले, वाहतुकीच्या अपुऱ्या सुविधा या गोष्टीला कारणीभूत आहेत. उत्तर आणि पश्चिम भारतात सपाट भूभाग, वाहतुकीच्या सुविधा, उद्योगधंदे यामुळे विकास झालेला आहे. अर्थात, हा विकासाचा असमतोल दूर करणे आवश्यक आहे. अन्यथा, यातून वेगवेगळ्या प्रकारच्या समस्या निर्माण होऊन त्याचा देशाच्या आर्थिक, सामाजिक व सांस्कृतिक परिस्थितीवर विपरीत परिणाम होऊ शकतो.

वरील समस्यांबरोबरच प्रदूषण नियोजनातील अडसर, सामाजिक अशांतता, मूलभूत गरजांची अपूर्णता, साधनसंपत्तीवर अतिरिक्त ताण, मूलभूत सुविधांवर मोठ्या प्रमाणावर खर्च यांसारख्या समस्यांचे निराकरण करण्यातच मोठ्या प्रमाणावर आर्थिक, मानवी श्रम वाया जाऊन त्याचा विकासावर विपरीत परिणाम होतो.

८.४ लोकसंख्या वाढीचा माल्थसचा सिद्धान्त (Malthus Theory of Population Growth)

मृत्युप्रमाणापेक्षा जन्मप्रमाण जर जास्त असेल तर लोकसंख्यावाढ होते. लोकसंख्यावाढीमुळे त्या प्रदेशातील उपलब्ध साधनसंपत्तीवर त्याचा अतिरिक्त ताण पडून काही समस्या निर्माण होतात. लोकसंख्यावाढीच्या संदर्भात जे वेगवेगळे सिद्धान्त मांडले गेलेले आहेत त्यात माल्थसचा सिद्धान्त एक महत्त्वपूर्ण मानला जातो.

थॉमस रॉबर्ट माल्थस, या शास्त्रज्ञाने १७९८ मध्ये लोकसंख्यावाढीचा सिद्धान्त "An Essay on the principle of Population as it affects the future improvement of Society" या आपल्या संशोधनग्रंथात मांडला. सिद्धान्त मांडताना माल्थसने खालील गृहीत तत्त्वे मांडली आहेत.

१. मानवाची लैंगिक इच्छा कायम असते. त्यामुळे पुनरुत्पादनाची किंवा अपत्य-जन्माची इच्छाही कायम असते.

२. लोकसंख्यावाढ व राहणीमान यांचा धनात्मक संबंध असतो.

३. घटत्या उपभोगाचा सिद्धान्त शेतीलाही लागू पडतो.

४. मानवाच्या अस्तित्वासाठी अन्न अत्यावश्यक आहे.

वरील गृहीत तत्त्वांचा आधार घेऊन माल्थसने खालीलप्रमाणे सिद्धान्त मांडलेला आहे –

लोकसंख्या भूमितीय श्रेणीने वाढते. उदा. १, २, ४, ८, १६... इत्यादी. तर अन्नधान्य उत्पादन गणिती श्रेणीने वाढते. उदा. १, २, ३, ४, ५, ६... इत्यादी. काही काळ लोकसंख्या व अन्नधान्य उत्पादनातील वाढ एकाच गतीने होते. परंतु, नंतर दोन्हीत फरक पडून त्यातील समतोल ढळतो व लोकसंख्या वाढून अतिरिक्ततेकडे झुकू लागते. या अतिरिक्त लोकसंख्येमुळे काही समस्या निर्माण व्हायला सुरुवात होते.

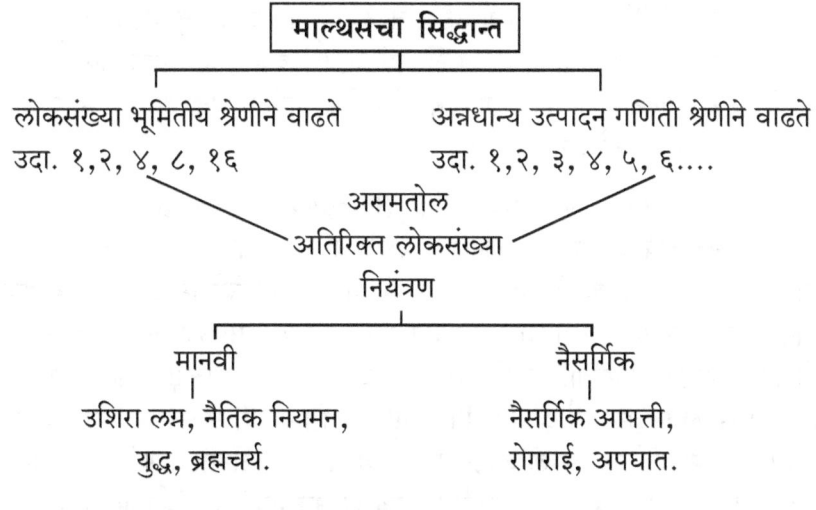

तक्ता क्र. ८.२

लोकसंख्येची वाढ जन्मप्रमाण कमी करून मानवी प्रयत्नाने कमी करणे आवश्यक आहे. मानवाने आत्मसंयमन, उशिरा लग्न यांसारख्या ऐच्छिक मार्गाने लोकसंख्यावाढ

नियंत्रित करणे आवश्यक आहे; जर मानवाने प्रयत्न केला नाही तर निसर्ग ही वाढलेली लोकसंख्या नियंत्रित करण्याचा प्रयत्न करतो. दुष्काळ, महापूर, रोगराई यांसारख्या नैसर्गिक आपत्ती निर्माण होऊन निसर्ग लोकसंख्या नियंत्रित करतो, असे माल्थसने आपल्या सिद्धान्ताद्वारे स्पष्ट करण्याचा प्रयत्न केला आहे.

माल्थसच्या सिद्धान्तावर झालेली टीका

१. माल्थसने लोकसंख्यावाढ भूमितीय पद्धतीने वाढते असे म्हटले आहे. प्रत्यक्षात लोकसंख्यावाढीचा वेग एवढा नसतो. किंबहुना, काही वेळेस लोकसंख्यावाढ ऋणात्मक स्वरूपाचीसुद्धा असू शकते.

२. माल्थसने अन्नधान्यवाढ गणितीय पद्धतीने होते; असे म्हटले आहे. आज शेतीव्यवसायात मोठ्या प्रमाणावर प्रगती होऊन उत्पादन वाढलेले आहे. शेतीव्यतिरिक्त इतर व्यवसायापासूनही उत्पादन होऊन उदरनिर्वाह होऊ शकतो; याचा त्याने उल्लेख केलेला नाही.

३. माल्थसने स्त्री-पुरुष आकर्षणाच्या संदर्भात उल्लेख केलेला आहे. तसेच या आकर्षणातून लोकसंख्यावाढ होते असे म्हटलेले आहे. अलीकडे मोठ्या प्रमाणावर वैद्यकीय सुविधा उपलब्ध असल्यामुळे लोकसंख्यावाढ होऊ शकत नाही.

४. माल्थसने नैतिक संयमनाचा उल्लेख केलेला आहे. प्रत्यक्षात कुटुंबनियोजनाच्या इतर साधनांचा उपयोग करून लोकसंख्यावाढ कमी करता येऊ शकते. अशा प्रकारे माल्थसच्या सिद्धान्तावर बरेच आक्षेप घेतले जातात. हा सिद्धान्त आजही उपयुक्त मानला जातो.

८.५ लोकसंख्या : एक साधनसंपदा (Population as a Resource)

मानव जैविक साधनसंपदातील एक महत्त्वाचा घटक आहे. साधनसंपदा विकासात मानवाची भूमिका महत्त्वाची मानली जाते. मानव आर्थिक विकास प्रक्रियेचा केंद्रबिंदू मानला जातो. मानव एक संपदा असून तो साधन संपदांचा जसा उपभोक्ता आहे, तसाच तो साधनसंपदांचा निर्माताही आहे. मानवाचा ज्ञान आणि कौशल्यावर साधनसंपदांचा विकास अवलंबून असतो. देशाच्या विकासाचा आणि मानवी साधनसंपत्तीचा जवळचा संबंध आहे. मानवी साधनसंपत्ती जेवढी प्रगत तेवढा तो देश विकसित. मानवी साधनसंपत्तीचे महत्त्व लोकसंख्या आकार, गुणवत्ता व आरोग्य या निकषांवर अवलंबून असते. अर्थात, लोकसंख्या आकारापेक्षा गुणात्मकता हा घटक आर्थिक विकासात जास्त महत्त्वाची भूमिका बजावत असतो.

लोकसंख्या आकार ४ मानवी साधनसंपदांचा एक घटक मानला जातो. लोकसंख्या जर जास्त (Quantity) असेल तर वेगवेगळ्या उद्योग व्यवसायासाठी लागणारा मजूर

सहज उपलब्ध होऊ शकतो. आर्थिक विकासासाठी भरपूर आणि स्वस्त दरात श्रमिक उपलब्ध असणे आवश्यक आहे. ज्या देशात जास्त लोकसंख्या असते तेवढी त्या देशात मोठ्या प्रमाणात श्रमिकांची उपलब्धता. याचा अनुकूल परिणाम देशांच्या औद्योगिक, शेती व्यवसायावर होतो.

जास्त लोकसंख्या असलेल्या देशात मोठ्या प्रमाणात बाजारपेठांची निर्मिती होत असते. देशान्तर्गत उत्पादनाला त्यामुळे हक्काची बाजारपेठ उपलब्ध होते. याचा परिणाम उद्योगधंदे निर्मिती आणि विकासावर होत असतो. जास्त लोकसंख्या देशाच्या संरक्षणाच्या दृष्टीनेही उपयुक्त ठरत असते. थोडक्यात, जास्त लोकसंख्या (Quantity of Production) राष्ट्राच्या दृष्टीने एक महत्त्वाचा घटक मानला जातो.

मानवाच्या गुणात्मकते (Quality) वर साधनसंपदा महत्त्व अवलंबून असते. देशाचा विकास, मानवाची गुणवत्ता, कौशल्य, कार्यतत्परता यावर अवलंबून असतो. तसेच देशातील साधनसंपदांचा वापर आणि विकास मानवी गुणवत्तेवर अवलंबून असतो. पर्याप्त व नियोजित साधनसंपदांचा वापर माणसाच्या गुणवत्तेबरोबरच अवलंबून असतो. जपानमध्ये साधनसंपदांचे प्रमाण कमी आहे. परंतु, जपानी माणसांमध्ये गुणवत्ता, कौशल्ये, प्रामाणिकपणा व कार्यतत्परता यामुळे या देशाने नेत्रदीपक प्रगती केलेली आहे. मानवी साधनसंपदांमुळे आज जपान जगातील काही अग्रेसर देशांच्या रांगेत जाऊन बसला आहे. आज अमेरिका, ब्रिटन, जपान, फ्रान्स हे देश प्रगतीपथावर आहेत, कारण येथील मानवाची गुणवत्ता.

मानवी आरोग्यावर मानवी साधनसंपदेचे महत्त्व अवलंबून असते. मानव धडधाकट, निरोगी, निर्व्यसनी असेल तर ती देशाची चांगली धनसंपदा मानली जाते. मानवी आरोग्यावरच मानवाचे शिक्षण, श्रम, कौशल्ये, कार्यतत्परता, कार्यक्षमता या गोष्टी अवलंबून असतात.

लोकसंख्या वयोगट रचना मानवी साधनसंपत्तीतील महत्त्वाचा घटक मानला जातो. वयोगटरचनेवर कार्यकारी लोकसंख्या निश्चित केली जाते. कार्यकारी वयोगटातील लोकसंख्येचे प्रमाण जास्त असेल तर मोठ्या प्रमाणात श्रमशक्ती उपलब्ध होऊ शकते. तसेच अवलंबून भाराचे प्रमाण कमी होते. याचा देशाच्या आर्थिक विकासात सकारात्मक परिणाम होत असतो.

लोकसंख्या गुणवत्तेची परिमाणे (Parameters of Quality of Human Resources)

कोणत्याही देशाच्या लोकसंख्येचे महत्त्व तिच्या गुणवत्तेवर अवलंबून असते. नैसर्गिक साधनसंपदा विकासात मानवी साधनसंपदांचा महत्त्वाचा वाटा असतो. मानवी साधनसंपत्तीची एखाद्या प्रदेशाच्या सर्वांगीण विकासात महत्त्वाची भूमिका असते. प्रदेशाचा विकास मानवाची

संख्यात्मकता व गुणात्मकतेवर अवलंबून असतो. लोकसंख्येची गुणात्मकता एखाद्या प्रदेशातील लोकांचे आर्युमान, साक्षरता व तांत्रिक ज्ञानावर अवलंबून असते.

१. साक्षरता (Literacy) : साक्षरतेचे प्रमाण मानवी शक्तीची गुणात्मकता दर्शविते. साक्षरतेवरून त्या-त्या प्रदेशाचा आर्थिक सामाजिक विकासाचा स्तर कळतो. साक्षरता ज्ञान व नवीन संशोधनाच्या प्रसारासाठी आवश्यक असते. साक्षरतेमुळे आर्थिक, मागासलेपणा कमी होऊन, मानवाची कार्यक्षमता वाढायला मदत होते. निरक्षरता राष्ट्राच्या आर्थिक, सामाजिक व सांस्कृतिक विकासात अडथळा निर्माण करते. संयुक्त संस्थाने, ऑस्ट्रेलिया, कॅनडा या सारख्या देशात साक्षरतेचे प्रमाण १०० टक्के असून हे देश मानवी संपदा विकासात वरच्या क्रमांकावर आहे. मानवी विकास निर्देशांक प्रतानुक्रमात पहिल्या दहा क्रमांकात या देशांचा क्रमांक लागतो. भारत, पाकिस्तान, नेपाळ यांसारख्या देशांत साक्षरतेचे प्रमाण अनुक्रमे ६१ टक्के, ४९ टक्के व ४९ टक्के एवढे असून या देशांचा मानव विकास निर्देशांक प्रतानुक्रम अनुक्रमे १२७, १३५ व १३६ एवढा आहे.

साक्षर लोकांमध्ये जबाबदार लोक निर्माण करण्याची क्षमता असते. उच्च व तंत्रशिक्षण, व्यवसाय व व्यवस्थापकीय शिक्षण घेणाऱ्या लोकांचे प्रमाण एकूण लोकसंख्येत जेवढे जास्त तेवढा तो देश विकसित. साक्षर लोकांत देशाभिमान असतो. लोकांमध्ये सामाजिक, आर्थिक विकासाच्या बाबतीत जाणीवजागृती निर्माण होते. या सर्वांचा परिणाम देशाच्या प्रगतीवर होत असतो.

शिक्षणाबरोबरच तांत्रिक शिक्षण हा घटक फार महत्वाचा असतो. तांत्रिक शिक्षणामुळे लोकांमध्ये कुशलता निर्माण होते. तांत्रिक ज्ञानामुळे लोकांमध्ये नियोजनाचा दृष्टीकोन निर्माण होऊन राष्ट्रात कमीत कमी समस्या निर्माण होतात.

२. आरोग्य (Health) : मानवी साधनसंपदा विकासात वैद्यकीय सुविधा अत्यंत महत्त्वाची भूमिका बजावत असतात. वैद्यकीय सुविधांमुळे मानवाची कार्यक्षमता व उत्पादकता वाढत असते. आरोग्य केंद्र मानवाच्या गुणवत्तेत महत्त्वाची भूमिका बजावत असतात. आरोग्य केंद्रांची उपलब्धता व सुगमतेवर मानवी साधनसंपत्तीचा विकास अवलंबून असतो. आरोग्य व आर्थिक विकास यांचा निकटचा सहसंबंध असतो. निरोगी पुरुष व स्त्रिया मोठ्या प्रमाणावर उत्पादक असतात. उत्तम आरोग्याशिवाय मानवी विकास शक्यच नाही.

आरोग्य चांगले असेल तर माणूस आपले काम कार्यक्षमतेने करतो. निरोगी लोक आर्थिक, सामाजिक आणि राजकीय कर्तव्ये कार्यक्षमतेने पार पाडू शकतात.

मानवी आरोग्य आरोग्यकेंद्राची उपलब्धता, दवाखान्यातील खाटांची सोय, दर एक हजार किंवा एक लाख लोकसंख्येमागे डॉक्टरांचे प्रमाण यावर अवलंबून असते. संयुक्त

संस्थाने, नॉर्वे, स्वीडन यासारख्या उच्च मानव विकास निर्देशांक प्रतानुक्रम असणाऱ्या देशात अनुक्रमे ५४९, ३५६, ३०५ एवढी दर एक लाख लोकसंख्येमागे डॉक्टरांची संख्या आहे. तर नेपाळ, बांगलादेश, म्यानमार यासारख्या मानव विकास स्तर कमी असलेल्या देशांत दर एक लाख लोकसंख्येमागे डॉक्टरांची संख्या अनुक्रमे ५, २३, ३० एवढीच आहे. याचाच अर्थ आरोग्य व मानव विकास यांचा अत्यंत निकटचा संबंध आहे.

३.   आर्युमान (Life Expectancy) : मानवी साधनसंपदा गुणवत्ता मोजण्याचे आर्युमान एक महत्त्वाचे परिमाण आहे. आर्युमान देशाच्या विकासाचे तसेच मानव विकासाचे एक उत्कृष्ट निर्देशक मानले जाते. आर्युमान वैद्यकीय सुविधा, आरोग्याची स्थिती, साक्षरता, जन्मदर व मृत्यूदर यांचे प्रतिबिंब असते. विकसित देशांत आहार, आरोग्याच्या सुविधा चांगल्या असल्यामुळे आर्युमान चांगले असते तर अविकसित देशांत निकृष्ट आहार व आरोग्य सुविधांच्या सोयींचा अभावामुळे आर्युमान कमी कमी असते. ऑस्ट्रेलिया, कॅनडा, स्वीडन या देशांत लोकांचे सरासरी आर्युमान ८० वर्षे एवढे आहे. हे देश उच्च मानव विकास स्तरात येत असून या देशांतील आहार, आरोग्य सुविधा यांचा परिणाम लोकांच्या उच्च आर्युमानावर झालेला आहे.

म्यानमार, नेपाळ यासारख्या देशात लोकांचे आर्युमान अनुक्रमे ६० व ६१ वर्षे एवढे आहे. येथील मानवाचा निकृष्ट आहार व आरोग्याच्या अपुऱ्या सुविधा या गोष्टी त्याला जबाबदार आहेत असे वाटते.

४.   दरडोई उत्पन्न (Per Capita Income) : आर्थिक विकासाचा संबंध दरडोई उत्पन्नाशी असतो. आर्थिक विकास मानव करीत असलेल्या व्यवसायाशी निगडित असतो. प्राथमिक स्वरूपाचे व्यवयाय प्रचलित असलेल्या देशात मानवाचे दरडोई उत्पन्न कमी असते. प्राथमिक स्वरूपाच्या व्यवसायात कष्ट जास्त परंतु उत्पादन व उत्पन्न कमी अशी परिस्थिती असते. द्वितीय आणि तृतीय व्यवसायात जास्त प्रमाणात लोक व्यस्त असणाऱ्या भागात लोकांचे दरडोई उत्पन्न जास्त असते; कारण या व्यवसायात कष्ट कमी आणि मोबदला जास्त अशी परिस्थिती असते. नॉर्वे, ऑस्ट्रेलिया, कॅनडा, स्वीडन, संयुक्त संस्थाने या देशांतील उत्पन्न गट उच्च स्तरातील आहे. या देशात आर्थिक, सामाजिक व सांस्कृतिक विकास उच्च प्रतीचा असल्यामुळे त्याचा परिणाम दरडोई उत्पन्नावर झालेला आहे. अशा देशांचा मानव विकास स्तर सुद्धा उच्च स्वरूपाचा आहे.

चीन, ब्राझील, इजिप्त, इराण, श्रीलंका, या सारखे देश मध्यम गटात समाविष्ट केले जातात. वरील गटांतील देशांपेक्षा या देशांतील मानवी व्यवसायांच्या स्वरूपात भिन्नता आहे. याचा परिणाम दरडोई उत्पादकांवर होऊन प्रत्यक्ष-अप्रत्यक्ष मानव विकास निर्देशांकावर होतो.

भारत, पाकिस्तान, नेपाळ, बांगलादेश व म्यानमार या सारख्या देशात मानव करीत असलेला व्यवसाय प्राथमिक प्रकारचा आहे. या सारख्या देशांतील बहुतेक लोक शेतीसारख्या प्राथमिक व्यवसायावर अवलंबून आहेत. या व्यवसायात 'कष्टाचे प्रमाण जास्त आणि मोबदला कमी' अशी स्थिती असते; या कारणाने हे देश अल्प उत्पन्न गटात येत असल्यामुळे त्यांचा परिणाम विकासावर होऊन मानवी विकास खुंटतो.

वरील परिणामांबरोबरच जन्मदर, मृत्युदर, लोकसंख्या वाढ, लोकसंख्या घनता, नागरी लोकसंख्येचे एकूण लोकसंख्येशी असणारे प्रमाण यावरही मानवी विकासाचा स्तर निश्चित केला जात असतो.

प्रश्नसंच

अ.   प्रत्येकी २० शब्दांत उत्तरे लिहा.

१. स्थलांतराची व्याख्या लिहा.

२. 'स्थलांतर' हा शब्दप्रयोग सर्वप्रथम कोणी व केव्हा केला?

३. स्थलांतराचे कोणतेही दोन प्रकार लिहा.

४. स्थलांतराची कोणतीही दोन कारणे लिहा.

५. स्थलांतराचे कोणतेही दोन परिणाम लिहा.

६. नागा जमातीच्या निवासाचा व नैसर्गिक पर्यावरणाचा संबंध स्पष्ट करा.

ब.   प्रत्येकी ५० शब्दांत टिपा लिहा.

१. रेव्हेनस्टाईन स्थलांतराचे नियम

२. स्थलांतराची कारणे

३. स्थलांतराचे परिणाम

४. आधुनिक काळामधील स्थलांतर

क.   प्रत्येकी १५० शब्दांत उत्तरे लिहा.

१. स्थलांतराचे अंतरानुसार प्रकार सांगून त्यांची माहिती लिहा.

२. स्थलांतरावर परिणाम करणारे आर्थिक घटक स्पष्ट करा.

३. आंतरराज्यीय स्थलांतराची माहिती लिहा.

ड.   प्रत्येकी ३०० शब्दांत उत्तरे लिहा.

१. स्थलांतराची व्याख्या लिहा. स्थलांतराचे प्रकार सविस्तर स्पष्ट करा.

२. स्थलांतराची कारणे व परिणाम स्पष्ट करा.

३. 'आधुनिक काळामध्ये स्थलांतरावर कडक निर्बंध झालेले आहेत' या विधानाची चर्चा करा.

पारिभाषिक शब्दसूची (Glossary)

• **Absolute Population Change / लोकसंख्या परिपूर्ण बदल** – एखाद्या विशिष्ट कालखंडातील लोकसंख्या त्या कालखंडाच्या शेवटच्या वर्षाच्या लोकसंख्येतून वजा केली असता लोकसंख्या परिपूर्ण बदल मिळत असतो.

• **Abortion Rate / गर्भपात दर** – दरवर्षी दर हजारी १५ ते ४४ वयोगटातील (पुर्नउत्पादक वयोगट) स्त्रियांमध्ये असणारा गर्भपाताचा दर.

• **Abortion Ratio / गर्भपात प्रमाण** – एखाद्या वर्षात दर हजारी होणारे गर्भपाताचे प्रमाण.

• **Age Dependancy Ratio / वय सापेक्ष अवलंबन प्रमाण** – ०-१५ व ६४ पेक्षा जास्त वयोगटातील व्यक्तींचे प्रमाण, किंवा कार्यकारी वयोगटावर अवलंबून असणाऱ्या अकार्यकारी वयोगटातील व्यक्ती.

• **Age Sex Structure / वय – लिंग रचना** – प्रत्येक वयोगटातील स्त्री-पुरुष प्रमाण किंवा वयोगटानुसार स्त्री- पुरुष प्रमाण.

• **Adult Age Group / प्रौढ वयोगट** – प्रौढांचा समावेश असलेल्या गटास प्रौढ वयोगट असे म्हणतात. या वयोगटात प्रामुख्याने १५ ते ५९ वयोगटांचा समावेश होतो.

• **Age Specific Death Rate / वय सापेक्ष मृत्यूदर** – एखाद्या विशिष्ट प्रदेशातील विशिष्ट वयोगटातील लोकांची मृत्यूची संख्या, त्याच विशिष्ट वयोगटातील लोकसंख्येची मध्यवार्षिक संख्या यांच्या गुणोत्तराची दर हजारी संख्या वय सापेक्ष मृत्युदर म्हणून ओळखला जातो.

• **Age – Sex Pyramid / वय व लिंग मनोरा** – वय व लिंग रचना आलेखाच्या साहाय्याने दर्शविण्याच्या शास्त्रशुद्ध पद्धतीला वय व लिंग मनोरा असे म्हणतात. वयोरचना व लिंग यांची आकडेवारी वापरून आलेख साधारणपणे शंकूआकाराचा असतो.

- **Agglomeration / संचयन / एकत्रित** – ही संकल्पना प्रामुख्याने औद्यौगिकरणाच्या संदर्भात वापरली जाते ऊत्पादन खर्च कमी येण्यासाठी उद्योगधंदे जेव्हा एकत्रित येतात तेव्हा अशा प्रक्रियेला संचयन असे म्हणतात.

- **Agriculture / शेती / कृषी**– अत्यंत व्यवस्थित पद्धतीने पिकांची लागवड करणे .

- **Agricultural Density / कृषीघनता** – शेतीयोग्य क्षेत्राशी लोकसंख्येचे प्रमाण कृषीत व्यस्त असलेली लोकसंख्या व कृषीखालील एकूण क्षेत्र यांच्या गुणोत्तर प्रमाणास कृषीघनता असे म्हणतात.

- **Annual Population Growth Rate / वार्षिक लोकसंख्या वाढ** – वार्षिक लोकसंख्या वाढीचा दर–दोन जनगणनांमधील लोकसंख्या वाढीचे शेकडा प्रमाण व दोन जनगणनांमधील एकूण वर्षांची संख्या यांच्या गुणोत्तराला वार्षिक लोकसंख्या वाढीचा दर असे म्हणतात.

- **Arithmetical Density / गणितीय घनता** – एखाद्या भूभागाची लोकसंख्या व त्या भूभागाचे क्षेत्रफळ यांच्या गुणोत्तर प्रमाणास गणितीय घनता असे म्हणतात.

- **Baby- Boom / बेबीबुम** – दुसऱ्या महायुद्ध काळात १९४७–१९६१ अमेरिकेत मोठ्या प्रमाणात जन्मदराचे प्रमाण वाढले होते, त्याला बेबीबुम असे म्हटले जाते.

- **Birth-Control / जन्मनियंत्रण** – संतती निर्बंधक साधने वापरून जन्मदर नियंत्रित करणे.

- **Birth Rate / Crude Birth Rate / जन्मदर** – दर हजारी लोकसंख्येत असणारे जन्माचे प्रमाण.

- **Brain - Exchange / बुद्धी विनिमय /बुद्धी अदलाबदल** – दोन देशातील मानवी बुद्धीची अदलाबदल म्हणजे बुद्धी विनिमय होय.

- **Census / जनगणना** – दर दहा वर्षांनी लोकसंख्येची सर्वांगीण माहिती गोळा करण्याची प्रक्रिया.

- **Child-Women Ratio / अपत्य–स्त्री प्रमाण** – पुर्नउत्पादक वयोगटातील (१५ ते ४४ वयोगट) दर हजारी स्त्रियांमध्ये असणारे अपत्यांचे प्रमाण(० ते ५ वर्षे वयोगट)

- **Culture / संस्कृति** – मानवाचा जीवन जगण्याचा एकूण मार्ग म्हणजे संस्कृति होय.

- **Cultural Factors / सांस्कृतिक घटक** – मानव निर्मित घटकांना सांस्कृतिक घटक असे म्हणतात. मानवाने आपल्या उपयोगासाठी निसर्गात केलेल्या बदलांना सांस्कृतिक घटक असे म्हणतात.
- **Critical Density / संतुलित घनता** – दिलेल्या भूमीउपयोजनाच्या संदर्भात त्या क्षेत्राची पालनपोषण करण्याची क्षमता होय.
- **Death Rate / Crude Death Rate / मृत्यूदर** – एखाद्या वर्षात दर हजारी लोकसंख्येमागे होणाऱ्या मृत्यूचे प्रमाण.
- **Demographic Transition / लोकसंख्या संक्रमण** – ऐतिहासिक कालीन जन्मदर व मृत्युदराच्या कमी व जास्त प्रमाणामुळे लोकसंख्येत होणाऱ्या बदलावाबाबत लोकसंक्रमण असे म्हणतात.
- **Demography / लोकसंख्याशास्त्र** – लोकसंख्येचा आकार, रचना, वितरण, घनता, वाढ व इतर गुणवैशिष्ट्यांच्या शास्त्रशुद्ध अभ्यासाला लोकसंख्याशास्त्र असे म्हणतात.
- **Dependency Ratio / अवलंबनभार** – कार्यकारी वयोगटातील लोकांवर अवलंबून असणाऱ्या अकार्यकारी वयोगटातील लोकांच्या प्रमाणास अवलंबन भार असे म्हणतात.
- **Determinism / निसर्गवाद** – मानवाच्या सर्व हालचाली, इच्छा, आकांक्षा, सांस्कृतिक वर्तणूक इ. वर प्राकृतिक पर्यावरणाचा पगडा आहे असे प्रतिपादन करणाऱ्या वादास निसर्गवाद असे म्हणतात.
- **Economic Density / आर्थिक घनता** – लोकसंख्येची घनता व उत्पादन क्षमता यांचे गुणोत्तर यांच्या गुणात्तराला शंभराने गुणले असता आर्थिक घनता प्राप्त होत असते.
- **Emigration / स्थलांतर** – एका देशातून दुसऱ्या देशात अल्प किंवा दीर्घ काळासाठी राहण्याच्या उद्देशाने जाण्याची प्रक्रिया.
- **Emigration Rate / स्थलांतर दर** – एका देशातून दुसऱ्या देशात जाणाऱ्या लोकांचे दर हजारी प्रमाण.
- **Family Planning / कुटुंब नियोजन** – दोन अपत्यांतील अंतर नैसर्गिकरीत्या व कृत्रिमरीत्या वाढवण्यासाठीची उपाययोजना.
- **Fecundity / जननक्षमता** – स्त्रीच्या किंवा मातेच्या अपत्याला जन्म देण्याच्या क्षमतेला जननक्षमता असे म्हणतात.

- **Fertility / जनन** – मातेने किंवा एखाद्या जोडप्याने जन्माला दिलेल्या अपत्याला जनन असे म्हणतात.

- **Gender / लिंग** – आर्थिक, सामाजिक, सांस्कृतिक व राजकीय संधी संदर्भात व्यक्त केलेले स्त्री किंवा पुरुष संदर्भ.

- **General Fertility Rate / सामान्य जन्मदर** – एखाद्या वर्षात प्रजननक्षम स्त्रीगटातील दर हजारी स्त्रियांमागे असणारे अपत्यांचे प्रमाण.

- **Growth Rate / लोकसंख्या वाढ** – एखाद्या वर्षात नैसर्गिक वाढ व स्थलांतरामुळे लोकसंख्येत होणारा बदल.

- **Human Geography / मानवी भूगोल** – मानव व निसर्ग संबंधाचा मानवी विकासाच्या दृष्टिकोनातून केलेला अभ्यास म्हणजे मानवी भूगोल होय.

- **Immigration / स्थलांतर** – दुसऱ्या देशातून अल्प किंवा दीर्घ काळासाठी वास्तव्यास येणाऱ्या लोकांच्या स्थलांतरास.

- **Infant Mortality Rate / अर्भक मृत्यू** – एखादे अपत्य जन्माला आल्यानंतर जर एक वर्ष वयाच्या आत मृत पावले तर त्याला अर्भक मृत्यू असे म्हणतात.

- **Internal Migration / देशांतर्गत स्थलांतर** – देशातल्या देशात होणाऱ्या स्थलांतरास देशांतर्गत स्थलांतर असे म्हणतात.

- **Language / भाषा** – बोलल्या जाणाऱ्या ज्या संघटित शब्दांद्वारे लोक एकमेकांशी संपर्क साधतात व परस्परांना समजून घेऊ शकतात तिला भाषा असे म्हणतात.

- **Life Expectancy / आयुर्मान** – सरासरी मनुष्य किती वर्षे जगू शकतो, किंवा सरासरी किती वर्षे जगतो.

- **Malnutrition / कुपोषण** – योग्य पोषण आहाराच्या अभावी समतोल आहार मिळत नाही, अशा वेळेस कुपोषण किंवा उपासमार निर्माण होते.

- **Marriage Rate / विवाहदर** – एखाद्या वर्षात दर हजारी लोकसंख्येमागे होणाऱ्या विवाहाचे प्रमाण.

- **Migration / स्थलांतर** – एखाद्या भौगोलिक किंवा राजकीय प्रदेशातून दुसऱ्या भौगोलिक किंवा राजकीय प्रदेशात अल्प किंवा दीर्घ काळासाठी जाण्याच्या प्रक्रियेस स्थलांतर असे म्हणतात.

- **Mobility / गमनिता** – लोकांची भौगोलिक हालचाल.

- **Mortality / मर्त्यता** – जन्म झाल्यानंतर केव्हाही त्या व्यक्तींचा जीवंत असल्याचा सर्व पुरावा कायमचा नष्ट झाला तर त्यास मर्त्यता किंवा मृत्यू असे म्हणतात.

- **Natural growth / नैसर्गिक वाढ** – जन्मप्रमाण व मृत्यूप्रमाण यांच्यातील फरकाला नैसर्गिक वाढ म्हणतात.

- **Natural Increase or Decrease / नैसर्गिक वाढ किंवा घट** – एखाद्या विशिष्ट कालावधीत जन्म व मृत्यूमुळे लोकसंख्येत होणारी वाढ किंवा घट.

- **Optimum Population / पर्याप्त लोकसंख्या** – साधन संपत्ती व लोकसंख्या यांचे प्रमाण जेव्हा सारखे असते, तेव्हा त्याला पर्याप्त लोकसंख्या म्हणतात. ज्या देशाची लोकांची गुणवत्ता सर्वोच्च असते व तांत्रिक प्रगती जास्त असते अशा देशाची लोकसंख्या पर्याप्त लोकसंख्या मानली जाते.

- **Over Population / अतिरिक्त लोकसंख्या** – साधनसंपत्तीपेक्षा लोकसंख्येचे प्रमाण जास्त असते, अशी परिस्थिती असलेल्या देशांची लोकसंख्या अतिरिक्त लोकसंख्या मानली जाते. जेव्हा एखाद्या देशाच्या लोकसंख्येमधील थोडीही वाढ सरासरी गुणवत्ता घटवते अशा लोकसंख्येला अतिरिक्त लोकसंख्या असे म्हणतात.

- **Physical Factors / प्राकृतिक घटक** – निसर्गाने निर्माण केलेल्या किंवा निसर्गनिर्मित घटकांना प्राकृतिक घटक असे म्हणतात.

- **Population / लोकसंख्या / समष्टी** – घटकांचा समूह किंवा सारख्या प्रकारचा जैविक समूह.

- **Population Density / लोकसंख्या घनता** – लोकसंख्या व क्षेत्रफळ यांच्या गुणोत्तर प्रमाणास लोकसंख्या घनता असे म्हणतात.

- **Population Distribution / लोकसंख्या वितरण** – लोकसंख्येच्या क्षेत्रीय वाटणी किंवा विभागणीला लोकसंख्या वितरण असे म्हणतात.

- **Population Explosion / लोकसंख्या विस्फोट** – जगाच्या पाठीवर २० व्या शतकात जन्म प्रमाणात मृत्युदरापेक्षा मोठ्या प्रमाणात वाढ झाली असून यामुळे लोकसंख्या वाढ मोठ्या प्रमाणात झाली. या वाढीला लोकसंख्या विस्फोट असे म्हणतात.

- **Population Increase / लोकसंख्या वाढ** – एखाद्या विशिष्ट काळात जन्मदर, मृत्यूदर व स्थलांतर यांच्यामुळे लोकसंख्येत जो बदल होतो, त्यास लोकसंख्या वाढ असे म्हणतात.

- **Population Policy / लोकसंख्या धोरण** – शासन लोकसंख्येचा आकार, वाढ, वितरण व रचना या संदर्भात अत्यंत स्पष्ट परिणाम करणाऱ्या परिमाणांचा अवलंब करून धोरण आखतो, त्याला लोकसंख्या धोरण असे म्हणतात.
- **Population Projection / लोकसंख्या अंदाज प्रक्षेपण** – भविष्यकाळात लोकसंख्या वशिष्ट्यांमध्ये कसा बदल घडू शकतो, या संदर्भात शासकीय पद्धतीने अंदाज वर्तवणे याला लोकसंख्या अंदाज असे म्हणतात.
- **Population Structure / लोकसंख्या संरचना** – एखाद्या देशाची जैविक, सांस्कृतिक व आर्थिक वैशिष्ट्ये विशिष्ट गटात वर्गीकृत करून स्पष्ट करणे याला लोकसंख्या संरचना असे म्हणतात.
- **Possibilism / शक्यतावाद** – प्राकृति घटकां इतकेच सांस्कृतिक घटकही महत्त्वाचे आहेत. मानवाच्या इच्छेनुसार त्याला आपली प्रगती उपलब्ध प्राकृतिक पर्यावरणामध्ये करता येऊ शकते हे प्रतिपादन करणाऱ्या वादास शक्यतावाद असे म्हणतात.
- **Pull Factors / आकर्षक/आकर्षित करणारे घटक** – एखाद्या ठिकाणाकडे अनुकूल परिस्थती असेल तर लोक आकर्षित होतात अशा आकर्षित करणाऱ्या घटकांना आकर्षक घटक असे म्हणतात.
- **Push Factors / अपसरण/ प्रतिकूल घटक** – एखाद्या ठिकाणी नैसर्गिक किंवा मानवनिर्मित परिस्थिती प्रतिकूल निर्माण झाली तर लोक नाखुशीने दुसऱ्या भागात स्थलांतरित होतात, अशा घटकांना अपसरण घटक असे म्हणतात.
- **Race / वंश** – निश्चित शारीरिक लक्षणे असणारे, पिढ्यान्‌पिढ्या प्रजनन होऊन जैविकदृष्ट्या संकरित झालेले मानव गट म्हणजे वंश.
- **Rate of Natural Increase or Decrease / नैसर्गिक वाढ किंवा घट दर** – एखाद्या वर्षात जन्मदर मृत्यूदराच्या तुलनेत वाढला किंवा घटला व त्यामुळे मूळ लोकसंख्येत वाढ किंवा घट झाली तर त्याला नैसर्गिक वाढ किंवा घट असे म्हणतात.
- **Religion / धर्म** – समान श्रद्धा, समजूत, अपेक्षा व नियंत्रण या धाग्यांनी समाज बांधलेला असतो त्यामुळे इतर सांस्कृतिक समूहापेक्षा असलेले वेगळेपण जाणले जाते. अशा मूल्याधारित प्रणालीस धर्म असे म्हणतात.
- **Reproductive Age / प्रजननक्षम वय** – ज्या वयात माता अपत्याला जन्म देऊ शकते अशा वयाला प्रजननक्षम वय (१५ ते ४४) वयोगट असे म्हणतात.

- **Sex Ratio / स्त्री-पुरुष प्रमाण** – दर हजार पुरुषांमध्ये असणाऱ्या स्त्रियांच्या प्रमाणास स्त्री-पुरुष प्रमाण असे म्हणतात.

- **Stop and Go Determinism / थांबा व जा शक्यतावाद** – नैसर्गिक घटक जेव्हा प्रतिकूल असतील तेव्हा थांबा व ते जेव्हा अनुकूल होतील तेव्हा पुढे जा हे सांगणाऱ्या वादास थांबा व जा शक्यतावाद असे म्हणतात.

- **Total Fertility Rate / एकूण जननदर** – सर्वसाधारणपणे १५ व्या वर्षी सुरू झालेल्या १०० स्त्रिया जननाच्या अंतिम मर्यादेपर्यंत किती अपत्यांना जन्म देतील याला एकूण जननदर असे म्हणतात.

- **Under Population / न्यून लोकसंख्या** – लोकसंख्या प्रमाणापेक्षा साधनसंपत्तीचे प्रमाण जास्त असते अशा परिस्थितीला न्यून लोकसंख्या म्हणतात. लोकसंख्या वाढीमुळे सर्वसाधारण आयुष्याची गुणवत्ता सुधारते तेव्हा ती न्यून लोकसंख्या असते.

संदर्भसूची (References)

१. जगदाळे यू.जी. सप्तश्री पी.जी., मानवी भूगोल, डायमंड प्रकाशन

२. सौदी ए.बी. आणि कोलेकर, मानवी साधनसंपदा भूगोल, निराली प्रकाशन

३. Bergwan Edward E : Human Geography Culture, Connections and Landscape, Prentice-Hall, New Jersey 1995

४. Carr, M.: Patterns, Process and Change in Human Geography, MacMillan Education, London, 1987

५. Johnston R.J., Dictionary of Human Geography Blackwell, Oxford 1994

६. Majid Hussain (2006), Human Geography, Rawat Publication

लेखक–परिचय

डॉ. जगदाळे यु. जी. (एम. ए., पीएच. डी.)
विभागप्रमुख- भूगोल विभाग.
श्री शिवछत्रपती महाविद्यालय, जुन्नर (पुणे)
पदवी स्तरावर ३५ वर्षे व पदव्युत्तर स्तरावर १ वर्ष अध्यापनाचा अनुभव, मानवी भूगोल, मानवी साधनसंपत्ती, लोकसंख्याशास्त्र, इ. विषयांत त्यांचा विशेष अभ्यास आहे. श्री शिवछत्रपती महाविद्यालयात एम. ए. भूगोल व जी. आय. एस. सर्टिफिकेट कोर्स सुरू करण्यात महत्त्वाचा सहभाग आहे. विविध राष्ट्रीय व आंतरराष्ट्रीय परिषदांमध्ये शोधनिबंध सादर केलेले आहेत. बारा राष्ट्रीय जर्नलमध्ये तर पाच आंतरराष्ट्रीय जर्नलमध्ये संशोधन पेपर प्रसिद्ध झालेले आहेत; मानवी भूगोल व जागतिक भूगोल या दोन संदर्भ पुस्तकांचे लेखन केलेले आहे. विद्यापीठ अनुदान आयोगाचे एक मायनर व एक मेजर रिसर्च प्रोजेक्ट पूर्ण केलेले आहेत. टिळक महाराष्ट्र विद्यापीठ, पुणे यांनी पीएच.डी. गाईड म्हणून मान्यता दिलेली आहे तर सावित्रीबाई पुणे विद्यापीठ, पुणे यांनी एम.फील. गाईड म्हणून मान्यता दिलेली आहे.

प्रा. गवळी संतोष बापूराव (एम. ए., सेट)
साहाय्यक प्राध्यापक- भूगोल विभाग.
श्री शिवछत्रपती महाविद्यालय, जुन्नर (पुणे)
पदवी स्तरावर ९ वर्षे व पदव्युत्तर स्तरावर १ वर्ष अध्यापनाचा अनुभव.
एकूण ९ संशोधन लेख प्रकाशित.

प्रा. परभाणे नानासाहेब नामदेव (एम.ए., एम.एड.)
साहाय्यक प्राध्यापक- भूगोल विभाग.
श्री शिवछत्रपती महाविद्यालय, जुन्नर (पुणे)
पदव्युत्तर स्तरावर ५ वर्षांचा अध्यापनाचा अनुभव.
एकूण २ संशोधन लेख प्रकाशित.
सध्या शिवाजी विद्यापीठामध्ये पी.एचडी.चे काम चालू आहे.

प्रा. सानप हनुमंत सदाशिव (एम. ए., बी.एड., सेट-नेट)
साहाय्यक प्राध्यापक- भूगोल विभाग.
श्री शिवछत्रपती महाविद्यालय, जुन्नर (पुणे)
पदव्युत्तर स्तरावर २ वर्षांचा अध्यापनाचा अनुभव.
विद्या प्रबोधिनी, सावित्रीबाई फुले पुणे विद्यापीठ, पुणे, भूगोल विभाग आयोजित
रिफ्रेशर कोर्ससाठी व्याख्यान दिले.